To my children Audrey, Aaron and Aidan

MỐI THÂM TÌNH CỦA NGUYỄN ĐÌNH CHIỂU DÀNH CHO "QUAN PHAN" PHAN THANH GIẢN

WINSTON PHAN ĐÀO NGUYÊN

MỐI THÂM TÌNH
CỦA
NGUYỄN ĐÌNH CHIỂU
DÀNH CHO
"QUAN PHAN"
PHAN THANH GIẢN

NHÂN ẢNH
2022

**MỐI THÂM TÌNH CỦA NGUYỄN ĐÌNH CHIỂU
DÀNH CHO "QUAN PHAN" PHAN THANH GIẢN**
Tác giả: Winston Phan Đào Nguyên
Bìa: Uyên Nguyên Trần Triết
Dàn trang: Lê Hoàng
Nhân Ảnh ấn hành 2022
ISBN: 9781088037959
Copyright©2022 by Winston Phan

LÝ DO CHO SỰ RA ĐỜI
CỦA CUỐN SÁCH NÀY

Cuốn sách này khởi đầu là một bài tham luận cho cuộc Hội Thảo về Nguyễn Đình Chiểu với chủ đề "Giá trị văn hóa và nhân văn của nhà thơ Nguyễn Đình Chiểu trong thời đại ngày nay" vào cuối tháng 6, đầu tháng 7/2022 tại Bến Tre, Việt Nam. Cuộc hội thảo về Nguyễn Đình Chiểu nói trên đã được chính phủ Việt Nam giao cho tỉnh Bến Tre tổ chức, sau khi UNESCO đồng ý cho việc cùng kỷ niệm 200 năm ngày sinh của Nguyễn Đình Chiểu.

A. Quyết Định Của UNESCO

Chiếu theo quyết định 211 EX/30 của UNESCO vào năm 2021, hồ sơ yêu cầu của Việt Nam về việc kỷ niệm 200 năm ngày sinh của thi sĩ Nguyễn Đình Chiểu đã được UNESCO chấp nhận và cho phép việc kỷ niệm đó được gắn liền với danh hiệu UNESCO. Đây là một hình thức nhìn nhận Nguyễn Đình Chiểu như một danh nhân đã có đóng góp cho văn hóa thế giới.

Nguyễn Đình Chiểu là người cuối cùng trong danh sách được UNESCO nhìn nhận theo quyết định này, thứ 60. Theo đó, hồ sơ của Nguyễn Đình Chiểu đã được sự ủng hộ của Ấn Độ, Nhật, Hàn Quốc, và Thái Lan. Hồ sơ nhấn mạnh về những đức tính do ảnh hưởng Nho Giáo của Nguyễn Đình Chiểu, trong đó có lòng trung hiếu và sự chân thật thành tín (faithfulness) của ông.[1]

---

[1] https://unesdoc.unesco.org/ark:/48223/pf0000375944

PROPOSALS BY MEMBER STATES FOR THE CELEBRATION OF ANNIVERSARIES IN 2022-2023 WITH WHICH UNESCO COULD BE ASSOCIATED SUMMARY

This document provides detailed information on proposals by Member States for the celebration of anniversaries in 2022-2023 with which UNESCO could be associated, as submitted for decision in document 211 EX/30. Two hundred and eleventh session 211 EX/30.INF

MEMBER STATES' REQUESTS DEEMED ADMISSIBLE BY THE DIRECTOR-GENERAL

The Secretariat considers that the requests listed in this document

Sau đó, có một sự "cam kết" giữa phía Việt Nam và UNESCO về việc tổ chức kỷ niệm 200 năm ngày sinh của Nguyễn Đình Chiểu. Và tỉnh Bến Tre đã được giao trách nhiệm tổ chức "một số hoạt động kỷ niệm" Nguyễn Đình Chiểu, trong đó có cuộc Hội Thảo Quốc Tế với chủ đề "Giá trị văn hóa và nhân văn của nhà thơ Nguyễn Đình Chiểu trong thời đại ngày nay".

---

meet the procedure and the criteria adopted by the Executive Board, and proposes that UNESCO be associated with the celebration of these anniversaries, whose descriptions appear hereafter:

60.200th anniversary of the birth of Nguyen Dinh Chieu, poet (1822-1888) (Viet Nam, with the support of India, Japan, Republic of Korea and Thailand)Nguyen Dinh Chieu (1822-1888) was a Vietnamese poet known for his thought of patriotism, love of people and peace. He was also an eminent culturalist who popularized Confucian moral concepts of loyalty, filial piety and faithfulness in accordance with the philosophy of life of the Vietnamese. His poetic story, Lục Vân Tiên, which describes human morality and tolerance, remains one of the most celebrated works in Vietnamese literature and it is translated into other languages, such as French, Japanese and English. Despite his disability (blindness), he was also an admirable teacher and a great physician. Teaching and curing the people was his philosophy that he had pursued in his everyday life. Nguyễn Đình Chiểu sets an example of possibility of lifelong learning for disabled people around the world - he pursued self-study of Confucius and traditional medicine knowledge to become a teacher and a physician curing and saving people. ED).

B. Hội Thảo Quốc Tế Nguyễn Đình Chiểu

Ngày 31 tháng 12 năm 2021, tỉnh Bến Tre đã có một văn bản về kế hoạch tổ chức cuộc Hội Thảo Quốc Tế Nguyễn Đình Chiểu như sau:

Kế Hoạch Tổ chức Hội thảo khoa học quốc tế về Danh nhân văn hóa Nguyễn Đình Chiểu

Ngày 23 tháng 11 năm 2021, tại kỳ họp thứ 41 của Đại hội đồng UNESCO, đã chính thức thông qua nghị quyết cùng kỷ niệm 200 năm ngày sinh Danh nhân văn hóa Nguyễn Đình Chiểu;

Nhằm đảm bảo thực hiện các hoạt động **theo cam kết trong hồ sơ trình UNESCO**, Ủy ban nhân dân tỉnh Bến Tre phối hợp tổ chức Hội thảo khoa học quốc tế về Danh nhân văn hóa Nguyễn Đình Chiểu, như sau:

1. Mục đích

    a) Thực hiện **cam kết** với Tổ chức Giáo dục, Khoa học và Văn hóa Liên Hợp Quốc (UNESCO) tại Công văn số 29/BTK/2021 ngày 04 tháng 3 năm 2021 của Ủy ban Quốc gia UNESCO Việt Nam "Về việc tiến hành các hoạt động kỷ niệm 200 năm ngày sinh của Danh nhân văn hóa Nguyễn Đình Chiểu".

b) Tiếp tục khẳng định với quốc tế về tầm vóc, ý nghĩa, vai trò, đóng góp của Danh nhân **văn hóa** Nguyễn Đình Chiểu trong khuyến khích tinh thần hiếu học, trong đấu tranh giải phóng con người, vì công bằng xã hội. Tiếp tục tuyên truyền các **giá trị nhân văn tốt đẹp** của di sản Nguyễn Đình Chiểu trong hệ giá trị đạo đức, văn hóa, con người Việt Nam.

c) **Bổ sung các kết quả nghiên cứu, cách nhìn nhận, đánh giá sâu sắc và toàn diện hơn về giá trị nhân văn**, cũng như những đóng góp của Danh nhân văn hóa Nguyễn Đình Chiểu trên các lĩnh vực văn học, giáo dục, y học cổ truyền.

2. Yêu cầu

a) Hội thảo phải được tổ chức nghiêm túc, an toàn và đạt chất lượng khoa học cao. **Tập trung vào các tính học thuật, các nhận định, đánh giá mới, góc nhìn mới, những thông tin từ quốc tế đã nghiên cứu**, đã vinh danh Danh nhân văn hóa Nguyễn Đình Chiểu.

....

3. *Thành phần tham dự*

   a) *Tác giả mời viết tham luận: Các nhà khoa học nghiên cứu văn hóa, văn học, sử học, giáo dục, y tế v.v... **Chú trọng các nhà nghiên cứu là người Việt Nam ở nước ngoài**...*[2].

---

[2] Những chỗ in đậm trong bài viết này là do người viết nhấn mạnh.

C. Thư Mời Viết Bài Hội Thảo Quốc Tế Nguyễn Đình Chiểu

Ngày 10 tháng 1 năm 2022, Ban Tổ Chức Hội Thảo Quốc Tế Nguyễn Đình Chiểu cho gởi Thư Mời Viết Bài Hội Thảo, kèm theo một bản Thể Lệ Gửi Bài Tham Dự, cho các nhà nghiên cứu.

Tôi đã nhận được cái thư mời không chính thức để đóng góp tham luận này. Xin trích đăng dưới đây:

THƯ MỜI VIẾT BÀI HỘI THẢO QUỐC TẾ

Giá trị văn hóa và nhân văn của nhà thơ Nguyễn Đình Chiểu trong thời đại ngày nay

1. Lý do và mục đích:

  * Lý do

Nguyễn Đình Chiểu (1822-1888) là nhà thơ, nhà văn hóa của Việt Nam nửa cuối thế kỷ XIX, cụ sống 26 năm cuối đời tại Bến Tre…Tỉnh Bến Tre được sự chấp nhận của Chính phủ Việt Nam, tổ chức hội thảo khoa học quốc tế với chủ đề Giá trị **văn hóa** và nhân văn của Nguyễn Đình Chiểu trong thời đại ngày nay.

* **Mục đích**

    + Nhìn lại tình hình nghiên cứu Nguyễn Đình Chiểu trong các năm qua, để kế thừa phát huy trong giai đoạn mới.
    + Khẳng định những **giá trị văn hóa, khoa học và lịch sử** của danh nhân Nguyễn Đình Chiểu.
    + Phân tích sức sống của tác phẩm Nguyễn Đình Chiểu trong cuộc sống hôm nay.

2. Nội dung hội thảo:

Hội thảo tập trung vào các nội dung:

- Nguyễn Đình Chiểu trong lịch sử Việt Nam, khu vực và quốc tế nửa sau thế kỷ XIX;

- Nhà thơ Nguyễn Đình Chiểu với vận mệnh quốc gia, số phận con người trong chiến tranh qua nghệ thuật văn chương; **Tư tưởng nhân văn** của Nguyễn Đình Chiểu; Tư duy tiến bộ về giải phóng con người trong những tác phẩm của Nguyễn Đình Chiểu;

- Đổi mới lý thuyết và cách tiếp cận truyện Nôm, văn tế và thơ Đường luật của Nguyễn Đình Chiểu; Nhìn lại văn bản công bố tác phẩm Nguyễn Đình Chiểu trong nước và nước ngoài.

- **Nhân cách văn hóa Nguyễn Đình Chiểu, những giá trị văn hóa trường tồn**. Tinh thần hiếu học của Nguyễn Đình

Chiểu trong xã hội thế kỷ XIX và dòng chảy lịch sử.

- **Giá trị văn hóa**, sức sống, tầm ảnh hưởng các tác phẩm của Nguyễn Đình Chiểu với đương thời và hôm nay.

Bảo vệ và phát huy giá trị tư tưởng, nhân cách của Nguyễn Đình Chiểu trong bối cảnh hội nhập quốc tế. Di sản Nguyễn Đình Chiểu và phát triển du lịch bền vững tại Việt Nam, du lịch danh nhân ở Việt Nam nói chung, Bến Tre nói riêng.

3. Thời gian và địa điểm:

Từ 5/4/2022 - 5/5/2022 Gửi phản biện bài viết lại tác giả

Thể Lệ Gửi Bài Tham Dự Hội Thảo Quốc Tế Về Nguyễn Đình Chiểu (26 và 27/6/2022)

1. Bài viết tham dự Hội thảo là bài chưa gửi hoặc chưa công bố trên các sách, báo, tạp chí và các hội thảo khác...

3. Ngôn ngữ: tiếng Việt hoặc tiếng Anh; **dung lượng bài viết: tối thiểu 4000 từ** (không bao gồm danh mục tài liệu tham khảo)...

10 ... Thời hạn nhận bài: hết ngày 15/5/2022

D. Bài Tóm Tắt Cho Tham Luận

Sau khi nhận được thư mời không chính thức này vào đầu tháng 2 năm 2022, tôi đã viết một bài Tóm Tắt về nội dung bài tham luận của tôi để gởi cho Ban Tổ Chức Hội Thảo.

Ngày 13/2/2022, tôi chuyển bài Tóm Tắt này cho Ban Tổ Chức, như sau:

Thưa ban tổ chức, sau đây là bài tóm tắt của tôi:

Mối Thâm Tình Của Nguyễn Đình Chiểu Dành Cho "Quan Phan" Phan Thanh Giản

Kể từ khi Phan Thanh Giản tự tử vào năm 1867, sau khi Pháp chiếm ba tỉnh miền Tây Nam Kỳ, tất cả các nhà nho ở Nam Kỳ Lục Tỉnh, trong số đó có tú tài Nguyễn Đình Chiểu, đều tỏ lòng thương xót cho Kinh Lược Sứ Phan Thanh Giản, người được họ gọi là "quan Phan". Là vị tiến sĩ khai khoa của đất Nam Kỳ, là một vị quan trung trực thanh liêm và đặc biệt là thương dân hết mực, Phan Thanh Giản chính là một vị lãnh đạo thực thụ của người dân Nam Kỳ. Khi ông mất đi, rất nhiều thơ và câu đối đã được gởi đến để điếu ông. Tất cả đều để ca ngợi con người mà sống cũng như chết đều nêu gương cho hậu thế. Trong số đó, đương nhiên là có thơ văn của ông Đồ Chiểu ở Ba Tri, người đồng châu với Phan Thanh Giản. Và trong số thơ văn để điếu Phan Thanh Giản nói trên, hai bài thơ của Nguyễn Đình Chiểu, một bằng chữ Nôm, một bằng chữ Hán, là được ưa thích hơn hết.

Và đó là hai bài thơ sau:

Bài chữ Nôm:

Non nước tan tành hệ bởi đâu
Dàu dàu mây bạc cõi Ngao Châu
Ba triều công cán vài hàng sớ
Sáu tỉnh cang thường một gánh thâu
Trạm Bắc ngày chiều tin điệp vắng
Thành Nam đêm quạnh tiếng quyên sầu
Minh sanh chín chữ lòng son tạc
Trời đất từ nay mặc gió thu

Và bài chữ Hán

Lịch sĩ tam triều độc khiết thân
Vi quân nan bảo nhứt phương dân
Long Hồ ninh phụ thơ sanh lão
Phượng các không quy học sĩ thần
Bỉnh tiết tằng lao sanh Phú Bật
Tận trung hà hận tử Trương Tuần
Hữu thiên Lục tỉnh tồn vong sự
An đắc thung dung tựu nghĩa thần

Hai bài thơ này đã luôn luôn được coi như là tiêu biểu cho sự kính mến của các nhà nho Nam Kỳ đối với "quan Phan", qua ngòi bút gây xúc động rất điêu luyện về thể loại thơ văn tế của ông Đồ Chiểu. Bắt đầu từ năm 1909 với cuốn Nam Kỳ Phong Tục Nhơn Vật Diễn Ca của ông Nguyễn Liên Phong, hai bài thơ nói trên đã được sao lục lại rất nhiều lần và truyền bá khắp nước. Năm 1926, hai bài thơ này được nhà thơ Đông Hồ Lâm Tấn Phác sao lục và đăng lại trên Tạp Chí Nam Phong của Phạm Quỳnh. Năm 1927, ông Thái Hữu Võ cho đăng lại trong cuốn sách Phan Thanh Giảng Truyện của ông.

Điều cần nói là tất cả các tài liệu kể trên đều lầm lẫn khi cho rằng bài thơ chữ Nôm là do chính Phan Thanh Giản làm. Việc này đã được ông Phan Văn Hùm đính chính trong cuốn Nỗi Lòng Đồ Chiểu. Sau đó, vì lỗi lầm nói trên lại được ông Ngô Tất Tố lặp lại trong cuốn Thi Văn Bình Chú, các nhà nghiên cứu Ứng Hòe Nguyễn Văn Tố, Lê Thọ Xuân, Trực Thần đã lên tiếng chỉnh sửa điều này trên tờ Tri Tân Tạp Chí. Điều cần biết là hai ông Phan Văn Hùm và Lê Thọ Xuân, những người bà con và thân hữu của ông Nguyễn Đình Chiêm, con trai của Nguyễn Đình Chiểu, đã đưa ra hai phiên bản chính xác nhất về hai bài thơ.

Tuy vậy, phiên bản sai về hai bài thơ đã được lưu truyền quá lâu, cho nên đến tận ngày hôm nay mà nhiều nhà nghiên cứu vẫn còn cho rằng bài thơ chữ Nôm là của Phan Thanh Giản chứ không *phải của Nguyễn Đình Chiểu. Và phiên bản sai lạc của cả hai bài do ông Nguyễn Liên Phong đưa ra vẫn còn được tiếp tục trích dẫn.*

Nhưng đó không phải là vấn đề ngộ nhận duy nhất về hai bài thơ này. Mặc dù đã làm tốn rất nhiều giấy mực, sự ngộ nhận nói trên vẫn không thể nào so sánh được với một sự cố tình ngộ nhận với ác ý bôi nhọ Phan Thanh Giản, mà đã được tạo ra sau này - và có lẽ sớm nhất là vào thập niên 1970 tại miền Bắc, nơi mà Phan Thanh Giản đã bị người anh cả của làng sử học là ông Trần Huy Liệu lên án bán nước với câu "Phan Lâm mãi quốc, triều đình khí dân".

Bởi vì cũng như Trương Định, Nguyễn Đình Chiểu đã được nhìn nhận là người Nam Kỳ yêu nước nhiệt thành, là "đâm mấy thằng gian bút chẳng tà", thì không thể nào lại "sai lập trường" để ca tụng Phan Thanh Giản, người được coi là bán nước qua việc "thỏa hiệp" với giặc hay dâng thành cho giặc được. Mà Nguyễn Đình Chiểu phải lên án Phan Thanh Giản, cũng như nhân dân và nghĩa quân Trương Định đã làm.

Và thế là hai bài thơ điếu Phan Thanh Giản của Nguyễn Đình Chiểu đã được đem ra và bẻ cong qua những sự giảng giải gượng ép, để biến thành hai bài thơ phê phán Phan Thanh Giản. Khởi đầu là bài của ông Trần Nghĩa, "Mấy Ý Kiến Về Công Tác Văn Bản Nhân Đọc Cuốn "Thơ Văn Nguyễn Đình Chiểu", Tạp Chí

Văn Học, số 4, 1972. Tiếp theo là bài của ông Trần Khuê "Tìm Hiểu Hai Bài Thơ Điếu Phan Thanh Giản Của Nguyễn Đình Chiểu, Nghiên Cứu Lịch Sử số 275, 1994. Sau cùng là bài của bà Phạm Thị Hảo, "Viết Về Phan Thanh Giản Nhà Thơ Nguyễn Đình Chiểu Đã Dùng Bút Pháp Xuân Thu", Tuần Báo Văn Nghệ TPHCM, 2017.

Và thế là từ chỗ ngợi khen Phan Thanh Giản, hai bài thơ nói trên của Nguyễn Đình Chiểu đã bị xuyên tạc làm cho trở thành hai bài thơ phê phán Phan Thanh Giản. Dù cho phần lớn những người hiểu biết khi đọc những bài viết này đều nhận ra ngay sự cố ý xuyên tạc, nhưng đến nay thì vẫn còn một số người luôn luôn sử dụng luận điệu nói trên để cho rằng Nguyễn Đình Chiểu đã chê trách thay vì ngợi khen Phan Thanh Giản. Gần đây nhất là khi Nguyễn Đình Chiểu được UNESCO vinh danh là danh nhân văn hóa thế giới.

Do đó, trong bài viết này, người viết sẽ trình bày cách hiểu biết chính xác nhất của mình về hai bài thơ nói trên, sau khi tham khảo tất cả các tài liệu mới cũ về hai bài thơ này. Hơn nữa, người viết sẽ sử dụng chính những thơ văn của Nguyễn Đình Chiểu để cho thấy sự sai lầm và cố ý xuyên tạc của các tác giả nói trên, khi họ ép buộc ông Đồ Chiểu phải lên án vị quan Phan mà ông hằng yêu mến và ngưỡng mộ.

Winston Phan
13/2/2022

E. Thư Mời Chính Thức Từ Ban Tổ Chức Hội Thảo Ngày 9 Tháng 3, 2022

Ngày 9 tháng 3 năm 2022, tôi nhận được Thư Mời chính thức từ Ban Tổ Chức Hội Thảo. Lá thư mời chính thức này được ký bởi ông Giáo Sư Tiến Sĩ Nguyễn Chí Bền, Phó Trưởng Ban Tổ Chức Hội Thảo. Nội dung lá thư như sau:

"*Kính gửi TS. Phan Đào Nguyên (Hoa Kỳ)*

Ban tổ chức hội thảo khoa học quốc tế "Giá trị văn hóa và nhân văn của nhà thơ Nguyễn Đình Chiểu trong thời đại ngày nay" đã **nhận được tóm tắt tham luận** *của tác giả. Kính* **đề nghị tác giả viết toàn văn tham luận**. *Vui lòng gửi toàn văn cho Ban tổ chức chậm nhất là ngày 29 tháng 4 năm 2022."* [3]

Như vậy, rõ ràng là Ban Tổ Chức và ông Nguyễn Chí Bền đã biết tôi sẽ viết những gì. Và bài Tóm Tắt trên đây cũng chính là phần giới thiệu trong bài viết sau này của tôi. Tức là hoàn toàn không có ngạc nhiên gì hết về nội dung của bài viết. Hơn nữa, ngay tựa của bài viết cũng đã nói rõ nội dung của bài.

---

[3] Những chỗ in đậm trong thư này, cũng như trong những lá thư sau, là do tôi nhấn mạnh

Ngày 29 tháng 4 năm 2022, theo đúng yêu cầu trong thư mời chính thức của ông Nguyễn Chí Bền, tôi gởi toàn văn bài viết, tức là bài "Mối Thâm Tình Của Nguyễn Đình Chiểu Dành Cho "Quan Phan" Phan Thanh Giản" gồm 118 trang cho Ban Tổ Chức, qua email.

Đó chính là bài viết nòng cốt cho cuốn sách này.

F. Thư Phản Hồi Của GS Nguyễn Chí Bền Ngày 17/5/22, Đề Nghị Cắt Bài

Ngày 17/5//22, GSTS Nguyễn Chí Bền gửi thư phản hồi, đề nghị cắt bớt bài viết của tôi, với lý do là bài **"dài quá"**.

Theo đề nghị của ông, bài viết của tôi bị cắt đi gần 80-90%; biến bài viết thành một bài nghiên cứu văn bản thay vì nói lên chủ đề là Nguyễn Đình Chiểu nghĩ sao về Phan Thanh Giản. Dưới đây là thư của ông Nguyễn Chí Bền:

Kính (sic) thưa TS Phan Đào Nguyên

Ban tổ chức hội thảo khoa học quốc tế về Cụ Đồ Chiểu, trân trọng cám ơn TS đã gởi tham luận tham gia hội thảo.

Ban tổ chức đã phân công một số thành viên của BTC đọc, có gởi phản biện kín và xin được trao đổi với TS như sau

- Cho đến giờ, ở Hoa Kỳ chỉ có 02 tác giả gởi tham luận. Chúng tôi rất muốn mời TS về dự hội thảo vào ngày 28, 29, 30/6 (hội thảo ngày 29/6, lễ kỷ niệm tối 30/6) tại Bến Tre.

- Tuy nhiên, tham luận của Ts dài quá (118 tr A4). Với 100 tham

luận của các tác giả trong nước, nước ngoài, kỷ yếu hội thảo không thể in được một tham luận có số trang dài như vậy. Trân trọng đề nghị TS xem file chúng tôi kèm.

Kỷ yếu sẽ được một nhà xuất bản biên tập và cấp giấy phép để xuất bản, kịp ngày hội thảo.

Vì sự thành công của hội thảo, mong TS đồng thuận với đề nghị của Ban tổ chức.

TL Trưởng ban

Nguyễn Chí Bền

G. Thư Của Tôi Đề Nghị Dẫn Đường Link Đến Toàn Văn Bài Viết Ngày 18/5/2022

Rất ngạc nhiên với lời phản hồi này, vì bản Thể Lệ Gửi Bài Tham Dự Hội Thảo (trích lại trong phần C ở trên) không hề có giới hạn số trang hay số chữ, nhưng tôi đã lịch sự đề nghị như sau vào ngày 18/5/2022:

Kính thưa Giáo Sư Tiến Sĩ Nguyễn Chí Bền

Tôi xin thành thật cảm ơn sự ưu ái của giáo sư và ban tổ chức (BTC) hội thảo đã dành cho tôi. Về bài viết của tôi, sau khi xem lại đề nghị của BTC, tôi nhận thấy bài của tôi đã bị cắt ít nhất 80%. Và hoàn toàn không có nội dung mà tôi muốn nói, và chắc quí vị cũng biết, là sự kính trọng Phan Thanh Giản của Nguyễn Đình Chiểu.

Cũng chính vì điều này nên BTC đã mời tôi viết bài, và cũng chính vì điều này mà tôi đã bỏ ra rất nhiều thời gian để hoàn thành bài viết, trong mục tiêu làm rõ vấn đề mà từ lâu đã bị xuyên tạc bởi các nhà nghiên cứu như tôi có nhắc đến trong bài viết.

Biết rằng muốn viết cho đầy đủ thì bài phải dài, nên tôi đã coi điều lệ hội thảo cũng như hỏi trực tiếp về vấn đề có hay không có giới hạn số trang. Và BTC cũng biết rằng không có giới hạn này, mà chỉ có giới hạn là phải có ít nhất 4000 chữ cho một bài tham luận.

Do đó, tôi rất ư ngạc nhiên khi nhận được phản hồi chính thức về độ dài bài viết của tôi từ BTC. Tôi xin không đồng ý với đề nghị của BTC về việc cắt bài của tôi.

Và tôi xin có đề nghị như sau:

Nếu vì lý do là không thể in hết toàn văn bài viết trong cuốn Kỷ Yếu do số trang bị giới hạn vì ngân sách, thì BTC có thể tóm tắt nội dung bài viết của tôi, rồi chú thích rõ ràng ngay đầu bài và cho đường dẫn đến 1 trang mạng có chứa toàn văn bài viết. Vì chắc chắn là tôi sẽ công bố toàn văn bài viết lên mạng như tôi đã làm với cuốn sách về Phan Thanh Giản.

Mục đích của tôi trong bài viết này là để minh oan cho Nguyễn Đình Chiểu; đã bị những người vì mục tiêu chính trị mà xuyên tạc văn thơ của ông và đầu độc giới trẻ ở VN. Tôi mạn phép nghĩ rằng BTC cũng có ý nghĩ giống như tôi.

Hoặc nếu có nhiều người không đồng ý với những lý luận của tôi, thì tôi rất mong muốn nhận được những phản biện từ họ. Phải chăng đó cũng là mục đích chính cho bất kỳ một cuộc ... "Hội Thảo" nào khác? Nói chi đến một cuộc "hội thảo khoa học" như *cuộc hội thảo về Nguyễn Đình Chiểu này?*

Vì những lý do trên, trân trọng xin giáo sư và BTC hãy thảo luận lại về đề nghị của tôi.

Xin cám ơn,

Luật Sư Winston Phan Đào Nguyên

Tóm lại, nếu như lý do đã giải thích là vì bài "dài quá", thì đề nghị của tôi là chỉ cần tóm tắt bài viết rồi đưa đường link đến toàn văn bài viết mà tôi sẽ đưa lên mạng. Như vậy thì chắc chắn là không có vấn đề gì nữa về độ dài của bài viết.

H. Thư Từ Chối Bài Viết Từ "Thường Trực Tiểu Ban Nội Dung" Ngày 19/5/22

Nhưng tôi lại nhận được câu trả lời rất lạ lùng như sau từ cái gọi là **"Thường trực tiểu ban nội dung"** vào ngày 19/5/22 như sau:

Thưa TS Phan Đào Nguyên,

Tiếp nhận email của TS, Thường trực tiểu ban nội dung của hội thảo xin thưa chuyện với với TS như sau

+ Chúng tôi rất mong các nhà khoa học nước ngoài tham dự hội thảo quốc tế về NĐC lần đầu tiên, nhất là các tác giả kính trọng Cụ Nguyễn Đình Chiểu.

*+ TS đã đề nghị phương án công bố tóm tắt tham luận, sau giới thiệu đường link để bạn đọc có thể truy cập. Thường trực tiểu ban nội dung của hội thảo lấy làm tiếc thông tin lại TS, **phương án này khó có thể thực hiện được**.*

Hy vọng sẽ được gặp TS trong các hội thảo khác về Bến Tre, về Nam Bộ, và Việt Nam.

Chúc TS mạnh khỏe, an lành và thành công mọi dự định

Trân trọng
Thường trực Tiểu ban nội dung

Nghĩa là tự nhiên xuất hiện ra cái gọi là "Thường trực tiểu ban nội dung" như trên để trả lời về việc không chấp nhận bài viết của tôi. Mặc dù từ trước đến giờ người chính thức đại diện cho Ban Tổ Chức để viết thư mời và đề nghị cắt bài chính là ông Phó Trưởng Ban Tổ Chức Hội Thảo, GSTS Nguyễn Chí Bền.

Hơn nữa, lối viết từ chối kỳ này lại càng rất ư không rõ ràng, là vì lý do gì. Bởi chắc chắn là họ không thể sử dụng vấn đề "bài dài quá" như trước đây, sau đề nghị chỉ cần cho đăng tóm tắt như trên của tôi.

I. Thư Của Tôi Xin Câu Trả Lời Chính Thức Từ Ban Tổ Chức Ngày 19/5/22

Nhưng để biết chắc hơn về ý nghĩa của lá thư trên do "Thường trực tiểu ban nội dung" viết, tôi đã gởi tiếp lá thư sau đây cho ông Nguyễn Chí Bền vào cùng ngày 19/5/2022:

Kính thưa giáo sư Nguyễn Chí Bền và Ban Tổ Chức Hội Thảo:

Tôi có gởi email cho giáo sư sau khi nhận được email của giáo sư về bài tham luận của tôi và đề nghị cắt bớt vì lý do bài quá dài. Trong đó tôi đề nghị tóm tắt và đưa đường link đến toàn văn. Tôi cũng đã chiếu theo điều lệ của Hội Thảo để cho thấy tôi đã làm đúng yêu cầu là chỉ cần ít nhất 4000 chữ.

Nhưng tôi lại không nhận được một thư trả lời từ giáo sư hay BTC, mà lại nhận được email dưới đây của "Thường trực Tiểu ban nội dung" mà tôi không biết là ai và có đại diện cho giáo sư hay BTC hay không. Ngoài ra, tôi không hiểu "phương án này khó có thể thực hiện được" là sao, vì lý do gì.

*Theo thiển ý của tôi thì **có lẽ giáo sư và BTC nên có một thư trả lời rõ ràng về những điểm mà tôi nêu ra trong email trước, về điều lệ hội thảo, nếu lý do thật sự là vì độ dài của bài. Và tại sao lại không đưa link được, nếu lý do thật sự là vì độ dài của bài.***

Nếu tôi đã vì lời mời của giáo sư và BTC mà bỏ ra khá nhiều thời giờ và công sức để viết và giao bài đúng thời hạn, thì tôi nghĩ là ít nhất cũng phải có **một câu trả lời chính thức** từ giáo sư và BTC, thay vì những gì mà tôi nhận được dưới đây từ "Thường trực Tiểu ban nội dung".

Trân trọng

Luật Sư Winston Phan Đào Nguyên

Thế nhưng sau lá thư qua email này là **một sự im lặng hoàn toàn từ Ban Tổ Chức cũng như ông Nguyễn Chí Bền.**

Vì lý do đó, tôi đã quyết định sẽ tự in bài tham luận thành sách cũng như tường thuật lại quá trình những gì đã xảy ra giữa Ban Tổ Chức Hội Thảo và tôi, một người theo lời mời của họ mà viết một bài tham luận về Nguyễn Đình Chiểu nhân dịp UNESCO đồng ý kỷ niệm 200 năm ngày sinh của nhà thơ.

J. Thư Của Tôi Để Chính Thức Rút Bài Ra Khỏi Hội Thảo, Ngày 25/5/2022

Và để minh bạch, tôi đã gởi thêm một email đến Ban Tổ Chức Hội Thảo vào ngày 25/5/2022, sau khi họ không hề trả lời lá thư ngày 19/5 của tôi. Với email sau cùng này, tôi thông báo chính thức việc rút bài của tôi ra khỏi hội thảo:

Kính thưa Ban Tổ Chức Hội Thảo Nguyễn Đình Chiểu:

Sau khi gởi đề nghị về bài viết này của tôi với BTC Hội Thảo và GS Nguyễn Chí Bền vào hai ngày 18/5 và 19/5 qua email, tôi đã không hề nhận được bất kỳ một hồi âm nào từ quí vị.

Vậy tôi xin trân trọng thông báo là tôi chính thức rút bài viết này của tôi ra khỏi cuộc hội thảo tại Bến Tre vào cuối tháng 6, kể từ ngày hôm nay.

Luật Sư Winston Phan Đào Nguyên

Trên đây là những diễn tiến dẫn đến việc tự in cuốn sách này của tôi.

Tôi cũng xin phép nói thêm vài điều để làm rõ vấn đề.

Trước nhất, tôi đưa ra những tài liệu về UNESCO cũng như của Ban Tổ Chức Hội Thảo Nguyễn Đình Chiểu để cho thấy rằng đây là một sự kiện để vinh danh một danh nhân **văn hóa** thế giới, mà cũng là người Việt. Hơn nữa, hồ sơ của Nguyễn Đình Chiểu tại UNESCO còn cho thấy rằng những đức tính được đưa ra của ông là sự trung thành, là lòng chân thực.

Và như ta đã biết, lời thơ của Nguyễn Đình Chiểu luôn luôn thẳng thắn trung thực, thương ghét phân minh, cũng như con người của ông.

Do đó, khi một người mà ông cực kỳ ngưỡng mộ là Phan Thanh Giản qua đời thì Nguyễn Đình Chiểu đã làm hai bài thơ điếu để bày tỏ sự kính trọng và thương xót của ông đối với vị "quan Phan" này. Hai bài thơ đó đã từ lâu đi vào văn học sử Việt Nam, bởi giá trị văn chương cũng như giá trị lịch sử của chúng.

Thế nhưng những sử gia và các chuyên gia Hán Nôm tại miền Bắc, và sau này là tại nước CHXHCN Việt Nam, đã vì lý do chính trị mà giải thích rằng một nhà thơ "yêu nước" như Nguyễn Đình Chiểu không thể ngưỡng mộ hay thương xót một kẻ mà họ đã ngụy tạo bằng chứng để lên án "bán nước" như Phan Thanh Giản. Do đó, họ đã dùng tất cả các chiêu trò, mánh khóe để giải thích hai bài thơ điếu Phan Thanh Giản của Nguyễn Đình Chiểu thành ra những lời châm biếm, nguyền rủa Phan Thanh Giản.

Trong thời gian nghiên cứu để viết cuốn sách "Phan Thanh Giản Và Vụ Án Phan Lâm Mãi Quốc Triều Đình Khí Dân" năm 2021, tôi đã nhận thấy điều này. Do đó, khi Ban Tổ Chức Hội Thảo Nguyễn Đình Chiểu gửi thư mời viết bài cho Hội Thảo về chủ đề Nguyễn Đình Chiểu và Phan Thanh Giản, tôi đã đồng ý lập tức. Mục đích của tôi, cũng giống như mục đích mà UNESCO và Ban Tổ Chức Hội Thảo Nguyễn Đình Chiểu thông báo trên giấy tờ, là để làm rõ **giá trị văn hóa** của nhà thơ Nguyễn Đình Chiểu.

Nhà thơ mù xứ Bến Tre đã không quản ngại việc Phan Thanh Giản đang bị vua Tự Đức và triều đình nhà Nguyễn lên án sau cái chết của ông khi làm hai bài thơ điếu "quan Phan". Trong đó, lòng chân thật ngưỡng mộ và xót thương Phan Thanh Giản đã được Nguyễn Đình Chiểu bày tỏ. Và theo nghiên cứu mới của tôi như đã viết trong bài tham luận thì chẳng những chỉ qua hai bài thơ điếu nói trên thôi, mà sau đó Nguyễn Đình Chiểu vẫn tiếp tục ca ngợi quan Phan qua 10 bài thơ điếu Phan Tòng.

Như vậy, với bài viết Mối Thâm Tình Của Nguyễn Đình Chiểu Dành Cho "Quan Phan" Phan Thanh Giản, tôi đã xác định lại giá trị văn hóa qua thơ văn và tấm lòng chân thật của nhà thơ Nguyễn Đình Chiểu; bằng cách vạch trần những thủ đoạn chính trị với mục đích bôi nhọ Phan Thanh Giản qua lời thơ Nguyễn Đình Chiểu của những nhà nghiên cứu miền Bắc từ thập niên 1970. Với bài viết này, tôi cho thấy rằng những thủ đoạn của họ đã làm cho Nguyễn Đình Chiểu hiện ra như một con người hèn hạ, muốn mắng chửi Phan Thanh Giản mà không dám nói thẳng, nên phải dấu diếm chửi xéo trong hai bài thơ điếu.

Tôi không biết cái "cam kết" giữa chính phủ Việt Nam và UNESCO về việc UNESCO chấp nhận kỷ niệm 200 năm ngày sinh của Nguyễn Đình Chiểu gồm có những chi tiết gì, nhưng tôi nghĩ rằng nó chắc chắn phải có nội dung chính là về phương diện "văn hóa" của nhà thơ. Và do đó, cuộc hội thảo đã được mang chủ đề này, chứ không phải là một cái nhìn "chính thống" về Nguyễn Đình Chiểu theo kiểu "nhà thơ yêu nước" hay "ngôi sao sáng" của chính quyền Việt Nam từ trước tới giờ.

Bởi vì đây là một sự kiện quốc tế, một sự kiện văn hóa thế giới được bảo trợ bởi UNESCO. Do đó, khi nhìn lại những văn bản của UNESCO và Ban Tổ Chức Hội Thảo nêu trên thì ta có thể thấy rằng đây là một sự kiện văn hóa mà cả hai bên đều muốn được sự tham dự cũng như đóng góp từ khắp thế giới. Chính vì vậy mà Ban Tổ Chức Hội Thảo đã chú trọng và nhấn mạnh là phải mời cho được các tác giả người Việt ở nước ngoài tham dự.

Thế nhưng khi từ chối không chấp nhận bài viết của tôi, họ đã mượn cớ là vì bài "dài quá" nên không thể in trong Kỷ Yếu Hội Thảo. Rồi khi tôi đề nghị là nếu vậy chỉ cần cho đăng tóm tắt và đưa đường link đến toàn văn bài viết trên mạng thôi thì họ lại không dám trả lời trực tiếp, mà chỉ ấm ớ là "khó thực hiện". Rồi im lặng luôn.

Và đó là điều mà ai cũng hiểu, là Ban Tuyên Giáo Trung Ương của Việt Nam đã không cho phép. Bởi chỉ cách đây vài tháng thì cơ quan đầy quyền uy này đã ra một công văn cấm các địa phương không được dùng tên của Phan Thanh Giản để đặt cho trường học, đường phố. Có nghĩa là Phan Thanh Giản vẫn còn bị coi như một nhân vật "bán nước" ở Việt Nam, nhờ sự bịa đặt của ông Bộ Trưởng Bộ Tuyên Truyền tức tiền thân của Ban Tuyên Giáo Trung Ương là ông Trần Huy Liệu vào thập niên 1950 với câu "Phan Lâm mãi quốc, triều đình khí dân".

Nhưng như vậy thì điều rõ ràng là **lý do chính trị của một chính quyền đã xen vào một sự kiện văn hóa được bảo trợ bởi cơ quan văn hóa của Liên Hiệp Quốc, UNESCO**. Để cho vì động lực chính trị đó mà Ban Tổ Chức Hội Thảo đã phải mượn cớ này cớ nọ để từ chối và không hề dám thảo luận về nội dung bài viết của tôi.

Về phần tôi, như đã nói, tôi chỉ muốn một điều đơn giản là cho những người trong nước có một cái nhìn trung thực về giá trị văn hóa của Nguyễn Đình Chiểu qua việc ông thẳng thắn ngợi khen Phan Thanh Giản; thay vì những lời dối trá cho rằng nhà thơ đã nguyền rủa Phan Thanh Giản. Vì lý do đó, tôi đã sẵn sàng chấp nhận cho Ban Tổ Chức Hội Thảo đăng bài tóm tắt nội dung bài viết của tôi trong cuốn Kỷ Yếu Hội Thảo; miễn là có đường link dẫn đến toàn văn bài viết của tôi trên mạng.

Đây là một điều rất dễ dàng thực hiện, nếu lý do từ chối đúng như ông Phó Trưởng Ban Nguyễn Chí Bền thông báo là vì bài "dài quá". Và mặc dù thể lệ viết bài không hề có điều lệ này (mà chỉ yêu cầu viết ít nhất 4000 chữ), nhưng tôi cũng vẫn sẵn sàng chấp nhận chỉ cần đăng một tóm tắt bài viết của tôi trong Kỷ Yếu Hội Thảo mà thôi. Tức là tôi đã hết sức nhượng bộ, dù cho lý lẽ ở về phía tôi.

Thế nhưng Ban Tổ Chức Hội Thảo đã không dám làm một việc dễ dàng như vậy.

Cho dù tôi vì lý do văn hóa nên đã vạch ra âm mưu của những kẻ do mục tiêu chính trị mà hạ nhục nhân vật lịch sử Phan Thanh Giản.

Và quan trọng hơn nữa, vì họ đã hạ nhục một danh nhân văn hóa đang được chính UNESCO vinh danh là Nguyễn Đình Chiểu.

Trong khi nội dung của cuộc Hội Thảo này, như phía Việt Nam đã đưa ra với UNESCO, là nói về giá trị **VĂN HÓA** của Nguyễn Đình Chiểu.

Tức là rõ ràng vì lý do **CHÍNH TRỊ** cho nên Ban Tổ Chức Hội Thảo đã hành xử như cách họ đã dùng đối với tôi, một người Việt sống ở nước ngoài, thuộc nhóm người mà họ rất muốn mời tham dự Hội Thảo.

Tôi không hiểu UNESCO sẽ nghĩ sao về vấn đề nói trên. Là phía Việt Nam đã vì lý do chính trị mà từ chối đến cả việc thảo luận về giá trị văn hóa của chính vị danh nhân văn hóa mà họ muốn tuyên dương. Tức là đi ngược lại với những gì mà họ đã cam kết với UNESCO.

Nhưng tôi vẫn có cách để đưa nghiên cứu của tôi về Nguyễn Đình Chiểu đến với độc giả trên khắp thế giới, bằng cuốn sách này.

Và đó là lý do cho sự ra đời của nó. Mặc dù mục đích ban đầu của tác giả chỉ đơn thuần là muốn đóng góp một bài tham luận cho cuộc hội thảo KHOA HỌC QUỐC TẾ về giá trị VĂN HÓA của nhà thơ Nguyễn Đình Chiểu mà thôi.

Cho nên giống như cuốn sách về Phan Thanh Giản (Phan Thanh Giản Và Vụ Án Phan Lâm Mãi Quốc, Triều Đình Khí Dân) mà tôi đã để lên mạng ở đây:

https://app.box.com/s/bnfhc25c9folo172xozkv6f7oss9drjb

Cuốn sách này cũng sẽ được tôi đưa lên mạng để tặng cho tất cả độc giả, ở đây:

https://app.box.com/s/p7e3mgfty0l1asrqkewxuck6bwqw7rny

Trân trọng,

Winston Phan Đào Nguyên
05/31/2022

Mối Thâm Tình
Của
Nguyễn Đình Chiểu
Dành Cho
"Quan Phan" Phan Thanh Giản

Kể từ khi Phan Thanh Giản tự tử và Pháp tiến chiếm ba tỉnh miền Tây Nam Kỳ vào năm 1867, tất cả các nhà nho ở Nam Kỳ Lục Tỉnh đều tỏ lòng thương xót Kinh Lược Sứ Phan Thanh Giản, người mà họ thân mến gọi là "quan Phan". Được biết đến như vị tiến sĩ khai khoa của đất Nam Kỳ, một vị quan trung trực thanh liêm và đặc biệt là thương dân hết mực, Phan Thanh Giản cũng chính là vị lãnh đạo thực thụ của người dân Nam Kỳ. Khi ông qua đời, rất nhiều thơ văn và câu đối từ khắp nước đã được gởi đến để điếu ông. Tất cả đều để ca ngợi con người mà sống cũng như chết đều nêu gương cho hậu thế. Và trong số thơ văn để điếu Phan Thanh Giản đó đương nhiên là có tác phẩm của ông tú tài Nguyễn Đình Chiểu tức Đồ Chiểu ở Ba Tri, người đồng châu với Phan Thanh Giản. Trong các thơ văn nói trên, hai bài thơ của ông Đồ Chiểu - một bằng chữ Nôm, một bằng chữ Hán - là hai bài được nhiều người ưa thích hơn hết.

Hai bài thơ đó như sau:

Bài chữ Nôm

Non nước tan tành, hệ bởi đâu

Dàu dàu mây bạc cõi Ngao-châu

Ba triều công-cán vài hàng sớ

Sáu tỉnh cương-thường một gánh thâu

Trạm bắc ngày chiều tin điệp vắng

Thành nam đêm quạnh tiếng quyên sầu

Minh-sanh chín chữ lòng son tạc

Trời đất từ đây mặc gió thu

Bài chữ Hán

Lịch sĩ tam triều độc khiết thân
Vi quân nan bảo nhứt phương dân
Long-hồ ninh phụ thơ sanh lão
Phụng các không qui học sĩ thần
Bỉnh tiết tằng lao, sanh Phú Bật
Tận trung hà hận, tử Trương Tuần
Hữu thiên! Lục-tỉnh tồn vong sự
An đắc thung-dung tựu nghĩa thần[4]

Hai bài thơ này đã luôn luôn được coi như tiêu biểu cho sự kính mến của các nhà nho Nam Kỳ đối với "quan Phan" Phan Thanh Giản, dưới ngòi bút luôn gây xúc động và đặc biệt điêu luyện về thể loại điếu tế của ông Đồ Chiểu. Nhưng cũng chính vì chúng được rất nhiều người ưa thích và truyền tụng rộng rãi, nên nhiều phiên bản khác nhau của hai bài thơ đã được lưu hành từ đó đến nay. Và ngay cả ai là tác giả của bài thơ Nôm cũng đã một thời tạo nên sóng gió trên văn đàn Việt Nam.

Bắt đầu từ năm 1909 với cuốn sách in *Nam Kỳ Phong Tục Nhơn Vật Diễn Ca* của ông Nguyễn Liên Phong, hai bài thơ nói trên đã được sao lục lại rất nhiều lần và truyền bá khắp nước. Năm 1926, một trong hai bài thơ này là bài thơ bằng chữ Nôm được nhà thơ Đông Hồ Lâm Tấn Phác sao lục và cho đăng trên Tạp

---

[4] Đây là phiên bản lấy trong: Phan Văn Hùm, *Nỗi Lòng Đồ Chiểu*, In Lần Thứ Hai, Nhà Xuất Bản Tân Việt, Sài Gòn 1957, pp. 51-52.

Chí Nam Phong của Phạm Quỳnh. Năm 1927, ông Thái Hữu Võ cho in cả hai bài thơ trong cuốn *Phan Thanh Giảng Truyện* của ông. Đây cũng là cuốn sách nghiên cứu đầu tiên về Phan Thanh Giản bằng chữ Quốc Ngữ.

Một điều cần nói là trừ ông Thái Hữu Võ, các tài liệu kể trên đều lầm lẫn khi cho rằng bài thơ chữ Nôm là do chính Phan Thanh Giản làm. Do đó, vào năm 1933, nhà nghiên cứu Lê Thọ Xuân (tên thật Lê Văn Phúc), một người quen thân với ông Nguyễn Đình Chiêm (con trai của Nguyễn Đình Chiểu) đã lên tiếng đính chính, khi cho đăng lại cả hai bài thơ trên tờ *Đồng Nai*. Năm 1935, bà Mai Huỳnh Hoa, người cháu cố của Nguyễn Đình Chiểu, cũng đã xác định rằng Nguyễn Đình Chiểu mới là tác giả của bài thơ Nôm, trong một bài báo trên tờ *Tân Văn*.

Tuy vậy, điều sai lầm về tác giả như trên lại được lặp lại bởi ông Ngô Tất Tố trong cuốn *Thi Văn Bình Chú* trong thập niên 1940, khi ông cho rằng bài thơ Nôm là của Phan Thanh Giản. Vì vậy, ngay sau đó các nhà nghiên cứu như Ứng Hòe Nguyễn Văn Tố, Lê Thọ Xuân, và Trực Thần đã lên tiếng về vấn đề này trên tờ *Tri Tân Tạp Chí* của ông Nguyễn Văn Tố, rằng Nguyễn Đình Chiểu mới chính là tác giả. Nhưng vì sự sai lầm nói trên đã được lưu truyền quá lâu, cho nên đến tận ngày nay mà nhiều nhà nghiên cứu vẫn còn cho rằng bài thơ chữ Nôm là của Phan Thanh Giản chứ không phải của Nguyễn Đình Chiểu.

Và điều đáng nói là sự sai lầm đó lại không phải là vấn đề duy nhất về hai bài thơ điếu Phan Thanh Giản nói trên. Bởi mặc dù đã làm tốn rất nhiều giấy mực, sự ngộ nhận về tác giả vẫn không thể nào so sánh được với một vấn đề khác: **sự cố tình hiểu lầm ý nghĩa của hai bài thơ, với ác ý bôi nhọ Phan Thanh Giản**. Sự cố tình với ác ý bôi nhọ này đã được tạo ra vào thập niên 1970 ở miền Bắc, để tiếp nối chiến dịch đấu tố Phan Thanh Giản vào thập niên 1960 trên tờ *Nghiên Cứu Lịch Sử*. Và trong phiên tòa đấu tố đó, Phan Thanh Giản đã bị ông Viện Trưởng Viện Sử Học Trần Huy Liệu lên án bán nước, với bằng chứng duy nhất là câu "Phan Lâm mãi quốc, triều đình khí dân". Đây là tám chữ mà ông Trần Huy Liệu khẳng định, dù không bao giờ chứng minh, rằng đã được Trương Định cho đề lên trên lá cờ khởi nghĩa của mình.[5]

Mà đó là vì cũng như Trương Định, Nguyễn Đình Chiểu đã được nhìn nhận là người Nam Kỳ yêu nước nhiệt thành, qua những câu thơ tuyên bố thái độ *"đâm mấy thằng gian bút chẳng tà"* của ông. Do đó, nếu như Trương Định đã từng lên án Phan Thanh Giản thì ông Đồ Chiểu không thể "sai lập trường" để đi ca tụng Phan Thanh Giản, người đã bị lên án bán nước và đầu hàng giặc. Mà ông cũng phải lên án Phan Thanh Giản như nhân

---

[5] Để biết rõ hơn về cuộc đấu tố Phan Thanh Giản này trên tờ *Nghiên Cứu Lịch Sử*, xin đọc "Phan Thanh Giản Và Vụ Án Phan Lâm Mãi Quốc, Triều Đình Khí Dân" của Winston Phan Đào Nguyên, Nhà Xuất Bản Nhân Ảnh 2021.
https://app.box.com/s/bnfhc25c9folo172xozkv6f7oss9drjb

dân và nghĩa quân Trương Định đã làm qua câu "Phan Lâm mãi quốc, triều đình khí dân" nói trên.

Và thế là từ thập niên 1970 đến nay, hai bài thơ điếu Phan Thanh Giản của Nguyễn Đình Chiểu đã được rất nhiều tác giả đem ra "nghiên cứu", nhưng thật sự là để bẻ cong bằng những giảng giải gượng ép, để biến chúng thành hai bài thơ phê phán Phan Thanh Giản. Khởi đầu là ông Trần Nghĩa với bài "Mấy Ý Kiến Về Công Tác Văn Bản Nhân Đọc Cuốn "Thơ Văn Nguyễn Đình Chiểu", *Tạp Chí Văn Học*, số 4, 1972. Tiếp theo là bài của ông Trần Khuê, "Tìm Hiểu Hai Bài Thơ Điếu Phan Thanh Giản Của Nguyễn Đình Chiểu", *Tạp Chí Nghiên Cứu Lịch Sử*, số 275, 1994. Và gần đây nhất là bài của bà Phạm Thị Hảo, "Viết Về Phan Thanh Giản Nhà Thơ Nguyễn Đình Chiểu Đã Dùng Bút Pháp Xuân Thu", *Tuần Báo Văn Nghệ TPHCM*, 2017.

Với một mục đích như vậy, hai bài thơ của Nguyễn Đình Chiểu đã bị các tác giả nói trên xuyên tạc làm cho từ chỗ ngợi khen trở thành hai bài thơ chê trách Phan Thanh Giản. Mặc dù phần lớn những người có hiểu biết về lịch sử và văn học đều có thể nhận ra ngay sự cố ý xuyên tạc khi đọc những bài viết này, nhưng điều đáng nói là vẫn chưa thấy ai lên tiếng về sự cố tình với ác ý bôi nhọ ấy của các tác giả nói trên.

Hậu quả là cho đến tận ngày nay thì vẫn còn một số người luôn luôn sử dụng luận điệu xuyên tạc đó để cho rằng Nguyễn Đình

Chiểu đã chê trách thay vì ngợi khen Phan Thanh Giản qua hai bài thơ. Thậm chí gần đây nhất, khi UNESCO chấp thuận kỷ niệm 200 năm ngày sinh của Nguyễn Đình Chiểu như một danh nhân văn hóa thế giới vào tháng 11 năm 2021, một nhà báo tên Xuân Ba đã cảm thấy cần phải nhắc lại luận điệu nói trên, rằng Nguyễn Đình Chiểu chê trách chứ không phải ngợi khen Phan Thanh Giản qua hai bài thơ điếu ông. Mặc dù điều hiển nhiên là Phan Thanh Giản chẳng hề có liên hệ gì đến việc Nguyễn Đình Chiểu được UNESCO vinh danh cả, và mặc dù hai bài thơ trên cũng chẳng phải là những tác phẩm duy nhất hay tiêu biểu của Nguyễn Đình Chiểu.

Do đó, trong bài viết này, người viết sẽ trình bày sự hiểu biết của mình về hai bài thơ điếu Phan Thanh Giản của Nguyễn Đình Chiểu, sau khi tham khảo tất cả các tài liệu mới cũ về hai bài thơ đó. Hơn nữa, người viết sẽ sử dụng chính những thơ văn của Nguyễn Đình Chiểu để cho thấy sự sai lầm và cố ý xuyên tạc của các tác giả nêu trên, khi họ ép buộc ông Đồ Chiểu phải lên án vị "quan Phan" mà ông vẫn hằng yêu mến và ngưỡng mộ.

I.
Bối Cảnh Lịch Sử

Trước khi đi vào bài viết, xin trở lại với bối cảnh lịch sử Việt Nam tại Nam Kỳ vào thập niên 1860.

Năm 1861, liên quân Pháp-Tây Ban Nha đánh bại Nguyễn Tri Phương và quân đội nhà Nguyễn tại chiến lũy Chí Hòa ở Sài Gòn, rồi thừa thắng tiến chiếm cả ba tỉnh miền Đông Nam Kỳ là Gia Định, Biên Hòa, Định Tường. Sau đó, họ tấn công và chiếm luôn tỉnh thành quan trọng nhất ở miền Tây Nam Kỳ là Vĩnh Long vào đầu năm 1862. Như vậy, nhà Nguyễn đã bị mất cả ba tỉnh miền Đông lẫn thủ phủ của ba tỉnh miền Tây là Vĩnh Long, tổng cộng bốn tỉnh, vào năm 1862.

Phần vì quân đội yếu kém, phần vì tài chánh kiệt quệ, lại thêm mối lo vì cuộc nổi loạn của Lê Duy (Tạ Văn) Phụng ở Bắc Kỳ, nên vua Tự Đức đã cử hai vị đại thần là Phan Thanh Giản và Lâm Duy Hiệp vào Sài Gòn để đàm phán và ký kết hòa ước 1862 (Nhâm Tuất) với Pháp và Tây Ban Nha. Theo hòa ước này, nước Annam của nhà Nguyễn phải chịu mất ba tỉnh miền Đông Nam Kỳ cho Pháp. Nhưng bù lại, họ sẽ được Pháp trả lại tỉnh thành Vĩnh Long, nếu nhà vua của nước Annam thực hành điều khoản thứ 11 của hòa ước là giải giáp và triệu hồi các đạo quân của nhà vua đang kháng chiến chống Pháp tại Gia Định và Định Tường.

Mặc dù hoàn toàn được sự đồng ý của vua Tự Đức - bởi chính nhà vua sau đó đã thỏa thuận tất cả mọi điều khoản của hòa ước 1862 - hai ông Phan Thanh Giản và Lâm Duy Hiệp lại phải đứng ra để lãnh hết tất cả những búa rìu dư luận thay cho nhà vua. Bởi vì họ chính là những người đã đại diện cho vua Tự Đức để thương thuyết và ký kết hòa ước 1862. Trong khi đó, vua Tự Đức dù đã đồng ý với hòa ước này và là người có quyền uy tối thượng, vẫn đổ hết tội làm mất ba tỉnh miền Đông cho hai ông Phan, Lâm. Còn trên thực tế thì liên quân Pháp-Tây đã dễ dàng đánh bại quân đội nhà Nguyễn trên chiến trường và lúc ấy đang chiếm đóng cả bốn tỉnh Biên Hòa, Gia Định, Định Tường, Vĩnh Long ở Nam Kỳ.

Rồi ngay sau đó thì vua Tự Đức đã "xử phạt" hai ông Phan, Lâm về "tội" ký kết hòa ước 1862 và cho hai ông lấy công chuộc tội, bằng cách xuống chức cho Phan Thanh Giản làm Tổng Đốc Vĩnh Long và Lâm Duy Hiệp làm tuần phủ tỉnh Bình Thuận, hai tỉnh giáp giới với ba tỉnh miền Đông mà nay đã thuộc Pháp. Nhưng trên thực tế thì hai ông Phan, Lâm lại một lần nữa được nhà vua giao cho một nhiệm vụ cực kỳ khó khăn và tế nhị, là phải "tiếp thu" và "giải giáp" những lực lượng kháng chiến của các quan lại, sĩ phu ở ba tỉnh miền Đông, những lực lượng đã và đang tiếp tục cuộc chiến đấu chống Pháp sau khi quân Pháp phá vỡ chiến lũy Chí Hòa và chiếm các tỉnh miền Đông. Mục đích tối hậu của việc "giải giáp" này, mà thật sự là một nhiệm vụ còn khó khăn hơn việc "giải giáp" đó nữa, là để chứng tỏ cho người Pháp thấy rằng bên Việt đã thực hiện đúng như điều 11 của hòa ước 1862 yêu cầu, nhằm đòi hỏi Pháp phải trả lại tỉnh thành Vĩnh Long.

Nhờ chính sách ngoại giao thành công của Phan Thanh Giản, Pháp đã phải thực hiện điều số 11 của hòa ước 1862 và trả lại tỉnh thành Vĩnh Long cho nhà Nguyễn vào đầu năm 1863. Liền sau thắng lợi về ngoại giao này của Phan Thanh Giản, vua Tự Đức tiếp tục giao cho ông một trọng trách ngoại giao kế tiếp: dẫn đầu một phái đoàn Annam qua Pháp để điều đình chuộc lại ba tỉnh miền Đông Nam Kỳ. Việc chuộc đất rốt cuộc không thành vì Pháp không làm theo sự thỏa thuận của hai bên, nhưng vua Tự Đức lại một lần nữa ép buộc Phan Thanh Giản nhận làm Kinh Lược Sứ ba tỉnh miền Tây Nam Kỳ, với hy vọng mong manh là có thể đối phó với Pháp bằng tài ngoại giao của Phan Thanh Giản. Bởi vì ba tỉnh miền Tây trên thực tế đã bị cắt rời ra khỏi vương quốc và bị cô lập từ năm 1862, khi Pháp chiếm được ba tỉnh miền Đông.

Năm 1867, trước áp lực nặng nề của quân đội Pháp và thế yếu quá rõ ràng của nhà Nguyễn ở ba tỉnh miền Tây, Phan Thanh Giản đã trao thành Vĩnh Long cho Pháp rồi uống thuốc độc tự tử - sau khi viết một tờ Di Sớ để nhận tội với, cũng như thay cho, vua Tự Đức.

Nhưng trước khi tự tử vào ngày 4 tháng 8 năm 1867, Phan Thanh Giản đã thực hiện được hai điều hệ trọng cho triều đình nhà Nguyễn, mặc dù và khi mà 3 tỉnh miền Tây đã bị mất vào tay Pháp. Đó là ông đã điều đình với Pháp để dùng số tiền gạo của ba tỉnh miền Tây mà khấu trừ đi một số tiền rất lớn là 1 triệu đồng bạc vào tổng số tiền mà nhà Nguyễn phải bồi thường cho Pháp theo hòa ước 1862. Hơn nữa, Phan Thanh Giản còn lấy lại được tất cả các châu báu vũ khí của ba tỉnh để gởi về Huế cho triều đình.

Điều này giải thích lý do tại sao Phan Thanh Giản đã không tự tử ngay sau khi Pháp chiếm ba tỉnh miền Tây. Điều này cũng cho thấy vị thế và uy tín đặc biệt của Phan Thanh Giản đối với người Pháp, khi họ vẫn đồng ý cho ông khấu trừ tiền gạo vào số tiền bồi thường hằng năm, cũng như lấy lại số châu báu vũ khí của ba tỉnh, mặc dù trên thực tế thì họ đã chiếm xong ba tỉnh miền Tây bằng vũ lực và đoạt được số tiền gạo cũng như châu báu vũ khí tại đó rồi.

Về những sự việc nói trên, chính sử nhà Nguyễn là Đại Nam Thực Lục đã chép lại như sau:

Đinh Mão, Tự Đức năm thứ 20 [1867] (Đồng Trị nhà Thanh năm thứ 6),

Người Pháp bức lấy 3 tỉnh Vĩnh Long, An Giang và Hà Tiên. Lúc bấy giờ tướng Pháp đem rất nhiều binh thuyền đến bến sông tỉnh Vĩnh Long (ngày 19 tháng 5) sai người đưa thư mời quan

Kinh lược là Phan Thanh Giản đến nói chuyện, (trong thư nói các ý năm trước nước ấy muốn nước ta nhường giao cho 3 tỉnh ấy, cho tình hoà hiếu lâu dài, nhưng nước ta có ý trở ngại, việc không được thành, nên người ở 6 tỉnh thường thường quấy rối, phải lập tức nhượng giao ngay, không thì quân đến dưới thành, có hại đến tình lân hiếu). Thanh Giản đến ngay thuyền nước ấy để cùng biện thuyết, vẫn không chịu nghe, bèn khuyên viên ấy chớ nhiễu hại nhân dân và tiền gạo hiện chứa ở trong kho vẫn do ta coi giữ, viên tướng ấy bằng lòng nghe, một lát trở về, thì quân Pháp liền 4 mặt vào thành rồi, tướng ấy lại sai quân chia đi 2 tỉnh An Giang, Hà Tiên, đi đến đâu cũng đại khái như thế (ngày 20 lấy An Giang, ngày 23 lấy Hà Tiên) rồi đem quan 3 tỉnh đều cho ở dinh Tổng đốc Vĩnh Long, lại phái tàu thuỷ đến cửa biển Thuận An báo để vua biết. Vua sai quan viện Cơ mật và nha Thương bạc viết thư để bàn và yêu cầu hộ tống quan 3 tỉnh ấy về Kinh, Phan Thanh Giản tự nghĩ không có công trạng gì, đã đem hiện số tiền gạo 3 tỉnh, chiếu khấu vào tiền bồi thường năm ấy 1.000.000 đồng bạc) liền đem mũ áo chầu và ấn triện làm sớ để lại nộp về. (Sớ nói : Nay đang lúc gặp vận bĩ, giặc nổi lên ở ngoài Kinh kỳ, yêu khí khắp biên giới, việc bờ cõi ở Nam Kỳ nay đến như thế, nhanh chóng có thể không thể ngăn được, tôi nghĩa nên chết không dám tạm sống, để hổ thẹn đến vua cha. Hoàng thượng rộng biết xưa nay, xét kỹ trị loạn, thân công hiền thần trong ngoài cùng lòng giúp đỡ, kính cẩn Trời, Phật, vỗ thương dân nghèo, lo trước tính sau, thay đổi đường lối, thế lực còn có thể làm được, tôi đến lúc sắp chết nghẹn lời không biết nói gì, chỉ ứa nước mắt trông về Kinh mà mến tiếc, mong muốn vô cùng mà thôi) rồi không ăn mà chết, còn các quan tỉnh, tướng ấy đều phái thuyền đưa về."[6]

Trước khi tự tử, Phan Thanh Giản có viết lại cho con cháu về việc nên hay không nên làm lá minh tinh, tức là lá triệu hay lá phướn trong đám ma - trong một mảnh hoa tiên. Theo đó, ông viết rằng: *"Minh tinh thỉnh tỉnh, nhược vô, ưng thư: Đại Nam hải nhai lão thư sinh tánh Phan chi cữu, diệc dĩ thử chi mộ"*[7], có nghĩa là "Minh tinh xin bỏ, còn nếu không thì viết: Đại Nam hải nhai lão thư sinh tánh Phan chi cữu, mộ chôn cũng vậy".

Sau khi cố gắng nhưng không thuyết phục được Phan Thanh Giản đừng quyên sinh, người Pháp đã đưa xác ông từ Vĩnh Long về quê hương ông ở làng Bảo Thạnh. Đám ma của Phan Thanh Giản được tổ chức trọng thể và có hàng vạn người đến đưa tang, trẻ già lớn bé thảy đều thương tiếc. Những câu thơ, câu đối, văn tế của các thân hào nhân sĩ khắp ba miền được gởi đến để bày tỏ lòng thương tiếc. Trong số đó, có hai bài thơ nổi bật của ông Tú Tài Nguyễn Đình Chiểu tức ông Đồ Chiểu ở Ba Tri.

Hai bài thơ này, vì được nhiều người yêu thích, nên đã được lưu truyền rộng rãi từ đó đến nay. Nhưng có lẽ cũng chính vì lý

---

[6] Đại Nam Thực Lục Chính Biên, Đệ Tứ Kỷ - Quyển XXXVI - Thực Lục Về Dực Tông Anh Hoàng Đế

[7] Xem phần sau khi người viết nói về bài của ông Trần Khuê

do đó mà hai bài thơ này đã có nhiều "dị bản", hay đúng ra là nhiều phiên bản khác nhau.

Sau đây là một tóm lược về sự tích và những phiên bản của hai bài thơ.

II.
Các Phiên Bản Của Hai Bài Thơ Và Sự Ngộ Nhận Rằng Phan Thanh Giản Là Tác Giả Của Bài Thơ Chữ Nôm

Có lẽ hai bài thơ điếu Phan Thanh Giản của Nguyễn Đình Chiểu đã được phổ biến sớm nhất vào năm 1909 trong cuốn *Nam Kỳ Phong Tục Nhơn Vật Diễn Ca* của ông Nguyễn Liên Phong. Nhưng ông Nguyễn Liên Phong lại cho rằng bài thơ chữ Nôm là do Phan Thanh Giản làm, chứ không phải Nguyễn Đình Chiểu, vì ông viết rằng đó là "di thi" như sau:

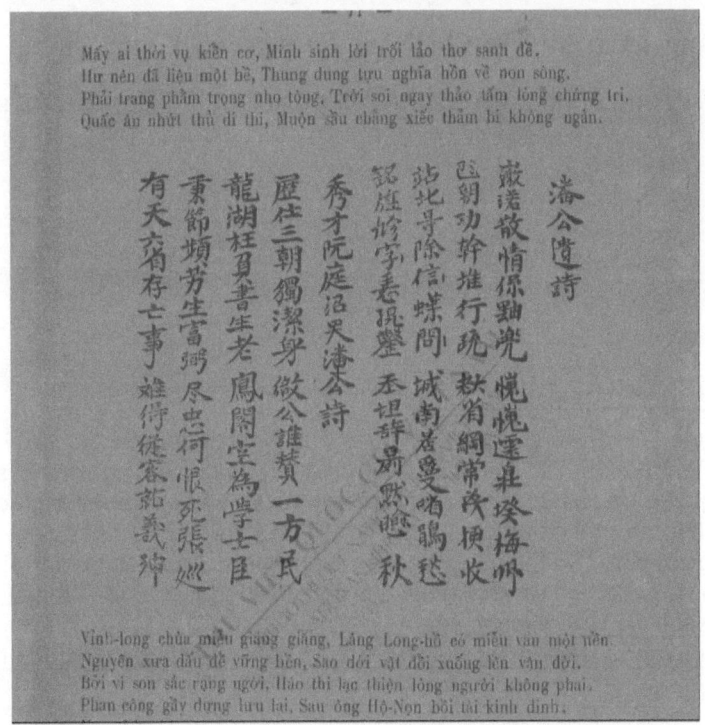

"Mấy ai thời vụ kiển cơ
Minh sinh lời trối lảo thơ sanh đề
Hư nên đã liệu một bề
Thung dung tựu nghĩa hồn về non sông
Phải trang phẩm trọng nho tông
Trời soi ngay thảo tấm lòng chứng tri
Quấc ân (âm) nhứt thủ di thi
Muộn sầu chẳng xiếc (xiết) thảm bi không ngắn (ngằn)"[8]

Và chính vì sự lầm lẫn đó của ông Nguyễn Liên Phong nên nhiều tác giả hay nhà nghiên cứu theo sau đã cho rằng bài thơ Nôm là do Phan Thanh Giản làm. Điển hình nhất là bài "Văn Uyển" về "Thơ Cũ Nam-Kỳ" do Đông Hồ Lâm Tấn Phác sao lục và đăng lại trên Tạp Chí Nam Phong của Phạm Quỳnh năm 1926. Trong đó, bài thơ chữ Nôm được gọi là "Thơ di-bút":

---

[8] Nguyễn Liên Phong, *Nam Kỳ Phong Tục Nhơn Vật Diễn Ca*, 1909, Cuốn Thứ Nhì, p. 71. Xin lưu ý rằng vì tôn trọng tài liệu, người viết sẽ giữ nguyên tất cả các lỗi chính tả trong nguyên văn của phần trích dẫn này, cũng như tất cả các trích dẫn khác trong bài viết. Phần in đậm là của người viết, cho thấy ông Nguyễn Liên Phong nghĩ rằng chính Phan Thanh Giản đã làm và lưu lại bài thơ chữ Nôm (quốc âm di thi) này. http://sach.nlv.gov.vn/sach/cgi-bin/sach?a=d&d=NFkRfeqYGa1909.2.1.5&e=-------vi-20--1--img-txIN------=

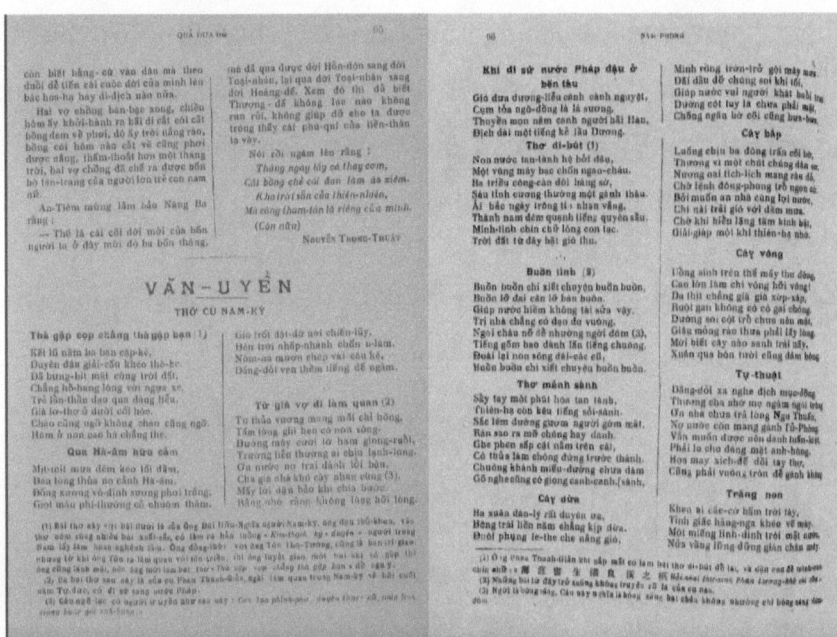

"Thơ di-bút

Phan Thanh Giản

Non nước tan tành hệ bởi đâu

Một vùng mây bạc chốn ngao-châu

Ba triều công cán đôi hàng sớ

Sáu tỉnh cương thường một gánh thâu

Ải bắc ngày trông tin nhạn vắng

Thành nam đêm quạnh tiếng quyên sầu

Minh tinh chín chữ lòng CON tạc

Trời đất từ đây BẶT gió thu"[9]

---

[9] Hà-tiên LÂM-TẤN-PHÁC sao-lục, Văn-Uyển, Thơ Cũ Nam-Kỳ, Nam Phong số 107, Juillet 1926, pp. 95-96.
https://issuu.com/nvthuvien/docs/q19_qn_107-

Nhưng đến năm 1927, ông Thái-hữu-Võ (Thái Hữu Võ) cho ra đời cuốn *Phan-Thanh-Giảng Truyện* của ông, trong đó có in lại cả hai bài thơ. Và ông Thái Hữu Võ cho biết rằng cả hai bài này đều do Nguyễn Đình Chiểu làm, như sau:

"Lúc ấy, ông tú-tài Nguyễn-đình-Chiểu, ở tại chợ Ba-tri, làng An-bình-đông, có làm một bài thi quấc-âm điếu khóc Phan-công.

Thi rằng:

Non nước tan tành hệ bởi đâu,
Nguồi nguồi (ngùi ngùi) nhớ đến cỏi (cõi) ngao châu;
Ba triều công cáng (cán) vài hàng sớ,
Sáu tĩnh (tỉnh) cang (cương) thường một gánh thâu
Aĩ (ải) bắc ngày trông tin nhạn vắn (vắng)
Thành nam đêm quạnh tiếng quyên sầu;
Minh-sanh chín chữ (chữ) lòng son tạc,
Trời đất từ đây bặc (bặt) gió thu

---

112 t107?mode=window&viewMode=doublePage.
Những chữ in hoa là của người viết, để cho thấy những chữ khác nổi bật trong phiên bản này so với phiên bản của Phan Văn Hùm trong Nỗi Lòng Đồ Chiểu. Cần biết là cho đến hôm nay, trang thivien.net vẫn còn cho đăng lại rằng bài thơ này do Phan Thanh Giản làm.
https://www.thivien.net/Phan-Thanh-Gi%E1%BA%A3n/Di-b%C3%BAt/poem-z9U5sexKOiaRmygn18ipfA

Giải nôm:

Minh-sanh chín chử (chữ), nghĩa là: Ngài là một vị Đại-thần quyền cao tước lớn, lại làm đến chức Kinh-lược Nam-kỳ; khi ngài bị thất ba tỉnh, thì ngài biết phải có tội với vua, nên ngài tự xử lấy ngài, một là ngài trã (trả) các tước phẩm lại cho triều đình, hai là ngài nhứt định tuyệt cốc mà tự-tử, bởi vậy ngài không cho để tước phẩm của ngài trên tấm Minh-sanh, ngài chỉ bảo để chín chử (chữ) mà thôi là: "Hải nhai lão thơ sanh tánh Phan chi cửu (cữu)".

Và một bài thi chử (chữ) rằng:

Lịch sự tam triều độc khiết thân,
Vi quân thùy táng nhứt phương dân
Long-hồ uổng phụ thơ sanh lảo (lão)
Phụng-các không di (vi) học sử thần
Bỉnh tiếc tần lao sanh Phú-bậc,
Tận trung hà hận tử Trương-tuần;
Hữu thiên lục tỉnh tồn vong sự
Nang (nan) đắc thung dung tựu nghĩa thần

Dịch ra nôm;

Trải việc ba triều trọn sạch thân.
Không ông ai đở (đỡ) một phương dân;

Long-hồ uổng kẻ thơ sanh lảo (lão),
Phụng các không ai học sữ (sử) thần
Giữ tiết nhọc nhẳn sống Phú-bậc (bật),
Hết trung nào giận thác Trương-tuần;
Có trời sáu tỉnh kia còn mất,
Khó đặng thung dung tựu nghĩa thần

Giải nghĩa:

Ông Phú-bậc (bật) là quan đời nhà Tống, ông Trương-tuần là quan đời nhà Đường, hai ông nầy là người trung nghĩa."[10]

Dưới đây là hình chụp hai bài thơ trong cuốn *Phan Thanh Giảng Truyện*, trang 45-47:

---

[10] Thái-hữu-Võ. Phan-Thanh-Giảng Truyện. Sài Gòn, Nhà In Xưa-Nay, 1927, pp.45-47. Những chữ trong ngoặc đơn là do người viết viết lại theo đúng chính tả ngày nay.

DE LA GRANDIÈRE.

Saigon, le 5 Août 1867.

Lúc ấy, ông tú-tài Nguyễn-đình-Chiểu, ở tại chợ Ba-tri, làng An-bình-đông, có làm một bài thi quấc-âm điếu khóc Phan-công.

Thi rằng :

Non nước tan tành hệ bởi đâu,
Người người nhớ đến cõi ngao châu ;
Ba triều công cáng vài hàng sở,
Sáu tĩnh cang thường một gánh thâu.
Ải bắc ngày trông tin nhạn văn,
Thành nam đêm quạnh tiếng quyên sầu ;
Minh-sanh chín chữ lòng son tạc,
Trời đất từ đây bặc gió thu.

— 46 —

Giải nôm :

Minh-sanh chín chữ, nghĩa là : Ngài là một vị Đại-thần quyền cao tước lớn, lại làm đến chức Kinh-lược Nam-kỳ ; khi ngài bị thất ba tĩnh, thì ngài biết phải có tội với vua, nên ngài tự xử lấy ngài, một là ngài trả các tước phẩm lại cho triều-đình, hai là ngài nhứt định tuyệt cốc mà tự-tử, bởi vậy ngài không cho đề tước phẩm của ngài trên tấm Minh-sanh, ngài chỉ bảo đề chín chữ mà thôi là : « Hải nhai lão thơ sanh tánh Phan chi cửu ».

海 涯 老 書 生 姓 潘 之 柩

Và một bài thi chữ rằng :

Lịch sự tam triều độc khiết thân,
Vì quân thủy táng nhứt phương dân ;
Long-hồ uổng phụ thơ sanh lão,
Phụng-các không đi học sử thần.
Bình tiếc tần lao sanh Phú-bật,
Tận trung hà hận tử Trương-tuần ;
Hữu thiên lục tỉnh tồn vọng sự,
Nang đắc thung dung tựu nghĩa thần.

歷 事 微 君 隆 鳳 秉 盡 有 難
得 天 忠 節 閣 湖 書 生 姓 潘

Hữu thiên lục tỉnh tồn vọng sự,
Nang đắc thung dung lưu nghĩa thần.

歷事三朝獨潔身
微君誰負傘一方民
隆湖枉負書生老
鳳閣空鶯學史殉臣
秉節頻勞生富
盡忠何恨死張巡
有天六省存亡事
難得從容就義神

Dịch ra nôm:

Trải việc ba triều trọn sạch thân,
Không ông ai đỡ một phương dân;
Long-hồ uổng kẻ thơ sanh lão,

— 47 —

Phụng các không ai học sử thần.
Giữ tiết nhọc nhằn sống Phú-bậc,
Hết trung nào giận thác Trương-tuần;
Có trời sáu tỉnh kia còn mất,
Khó đặng thung dung lưu nghĩa thần.

Giải nghĩa:

Ông Phú-bậc là quan đời nhà Tống, ông Trương-tuần là quan đời nhà Đường, hai ông nầy là người trung nghĩa.

Các quan có đi vắng cho ngài; điều vắng của ngài không biết bao nhiêu mà kể, dưới đây tác-giã xin kể sơ lược ít câu cho biết mà thôi.

Sổ hàng duy sớ lưu thiên địa,
Nhứt phiến đơn tâm phò sử thơ.

數行一片
行片丹
遺心
疏付
留史
天書
地

Tuy đúng về việc tác giả của bài thơ Nôm là Nguyễn Đình Chiểu chứ không phải Phan Thanh Giản, nhưng ông Thái Hữu Võ lại chép sai hai bài thơ khá nhiều. Và có thể vì biết rằng phiên bản của mình không được chính xác, nên ông Thái Hữu Võ đã từng tìm đến ông Nguyễn Đình Chiêm là con trai của Nguyễn Đình Chiểu để minh xác về hai bài thơ trên. Thế nhưng vì một sự hiềm khích từ trước, ông Nguyễn Đình Chiêm đã từ chối không cung cấp phiên bản chính xác của ông cho ông Thái Hữu Võ. Ông Lê-Thọ-Xuân đã thuật lại câu chuyện về sự hiềm khích này như sau trong bài viết "Trả Cho Đồ Chiểu" trên tờ *Tri Tân Tạp Chí*:

Trong bài "Phan-thanh-Giản" tôi có viết: "Thi ca đối vãn về đám táng Cụ (Phan) không biết bao nhiêu mà kể, nhưng được nhiều người thuộc hơn hết là hai bài thơ của Cụ Đồ Chiểu... Chúng tôi nhờ ông Nguyễn-đình-Chiêm, con trai Cụ Đồ, sao lục cho hai bài ấy. Hai bài nầy đúng như hai bài của ông Trực-Thần đã chép, chỉ khác nhau có một chữ (mây) trắng và (mây) bạc."

Tôi quả quyết bài thơ nôm đó là của Cụ Hối Trai vì chắc-chắn rằng còn ai thuộc nó hơn người ở vùng Ba-tri, chỗ cụ về ở dạy học đến ngày ôm bụng từ giã cõi trần.

Còn chắc hơn nữa là có giai thoại sau này, tôi xin tường thuật để các bạn thưởng giám.

Ngày 24 Mars 1934 là ngày làm lễ an-táng tiên nghiêm tôi vào lúc hai giờ chiều. Đường xa 17 cây số ngàn mà hồi hai giờ khuya bữa đó, ông Nguyễn-đình-Chiêm (con trai cụ Nguyễn-đình Chiểu) đã đến để cúng một tấm văn và để chờ đưa tiên nghiêm tôi lên đường.... Cúng xong, ông trò chuyện cùng tôi cho tới sáng. Ông lớn hơn tôi 36 tuổi, coi tôi như bạn vong-niên, nhưng tôi đối với ông bao giờ cũng giữ lễ-phép vì tôi kính ông là hàng thầy học. Trong lúc chuyện trò, tôi có nói chiều bữa trước có vợ chồng ông Thái-hữu-Võ đến viếng tang. (Ông Thái là bạn thân của tiên-nghiêm tôi, trước có tặng tiên-nghiêm tôi một tấm hoành-phi khắc bốn chữ "Thiện giao cửu kính". Rồi tôi nói ông Thái có soạn quyển "Phan-thanh-Giảng truyện" và in năm 1927, trong có nhiều tài liệu rất quý và cũng có hai bài thơ của cụ Đồ. Nghe tôi nói, ông Chiêm bỗng nhích miệng cười. Tôi hỏi: "Sao tiên-sanh lại cười?" Ông bèn thuật lại rằng khi ông Thái làm chủ quận Ba-tri, có Hương-cả làng Mỹ-chánh (làng ông Chiêm) đến hầu. Nhơn ông Thái nhắc chuyện cụ Đồ và nhắc đến ông Chiêm, ông Hương-cả tỏ lời khen ngợi văn tài của ông Chiêm, tác giả bốn tuồng danh tiếng "Phong-ba-đình" Ông Thái nói: "Nó là hậu sanh, chắc không thông lắm". Câu nầy rồi tới tai ông Chiêm.

Về sau, khi đã về hưu, ông Thái lo soạn quyển "Phan-thanh-Giảng chuyện". Chép đến lúc cụ Phan qua đời, ông nhớ đến hai bài thơ bất-hủ của Cụ Đồ Chiểu. Ông bèn đến làng Mỹ-chánh, đem hai bài thơ nầy đưa cho ông Chiêm coi. (Cứ theo "Phan-thanh Giảng truyện" thì thấy trong hai bài thơ nầy sai những 15 chữ, thêm bản chữ hán viết lầm lẫn hai chữ thần (bầy tôi) và thần (thần hồn). Ông Thái hỏi ông Chiêm xem có đúng không? Nhớ việc trước, ông Chiêm đáp: "Bẩm quan lớn, tôi là kẻ-hậu-sanh nên không thông lắm".

Dẫu trả đòn đau, nhưng ông Chiêm không khỏi có tội với văn-học-sử nước nhà. Tuy vậy, "toà-án văn-chương" lại cho ông khỏi tội vì sau đó, ông đã đọc và sao-lục hai bài thơ ấy để giúp tài liệu cho ông Ph. v. H. (Phan Văn Hùm) và Lê-Thọ-Xuân.[11]

Như vậy, đúng như ông Lê Thọ Xuân cho biết, cuốn *Phan-Thanh-Giảng Truyện* của ông Thái Hữu Võ là một cuốn sách in, và trong đó có rất nhiều tài liệu rất quí, nhờ sự quen biết của ông với gia đình họ Phan. Do đó, mặc dù không chính xác, nhưng phiên bản như trên về hai bài thơ lại được phổ biến rộng rãi khắp nơi, phần lớn vì giá trị của sách.

Nhưng cũng chính vì phiên bản của ông Thái Hữu Võ có rất nhiều chữ sai nên ông Lê Thọ Xuân, như ông cho biết trong bài viết trên, đã cho đăng trên tờ *Đồng Nai* số đặc biệt 23-24, 15 Janvier - 1er Février 1933, phiên bản chính xác của hai bài thơ như sau:

"Lê Thọ Xuân
Danh Nhơn Nam Kỳ, Đồng Nai

---

[11] Lê Thọ Xuân, "Trả cho Đồ Chiểu", *Tri Tân*, số 96, 1943

Chúng tôi nhờ ông Nguyễn-đình-Chiêm, con trai cụ Đồ, sao lục cho hai bài ấy. Vậy xin đăng lên đây, mấy chữ in bằng chữ lớn là mấy chử (chữ) người ta hay dùng sai.

I - BÀI THI QUỐC-ÂM

Non nước tan tành hệ bởi đâu?
DÀU DÀU MÂY TRẮNG cõi Ngao châu
Ba triều công cán vài hàng sớ
Sáu tỉnh cang thường một gánh thâu
TRẠM bắc ngày CHIỀU tin ĐIỆP vắng
Thành nam đêm quạnh tiếng quyên sầu
Minh sanh chín chữ lòng son tạc
Trời đất từ đây MẶC gió thu

II - BÀI THI CHỮ HỚN

Lịch SĨ tam triều độc khiết thân
Vi quân NAN BẢO nhứt phương dân
Long-hồ NINH phụ thơ sanh lão
Phụng-cách không QUI học-sĩ thần
Bỉnh tiết TẰNG lao sanh Phú-Bật
Tận trung hà hận tử Trương-Tuần
Hữu thiên, lục tỉnh tồn vong NHỰT
AN đắc thung dung tựu nghĩa thần[12]

---

[12] Lê Thọ Xuân, "Danh Nhơn Nam Kỳ", *Đồng Nai* số đặc biệt 23-24, 15

Dưới đây là hình chụp bài báo *Danh Nhơn Nam Kỳ* của ông Lê Thọ Xuân trên tờ Đồng Nai:

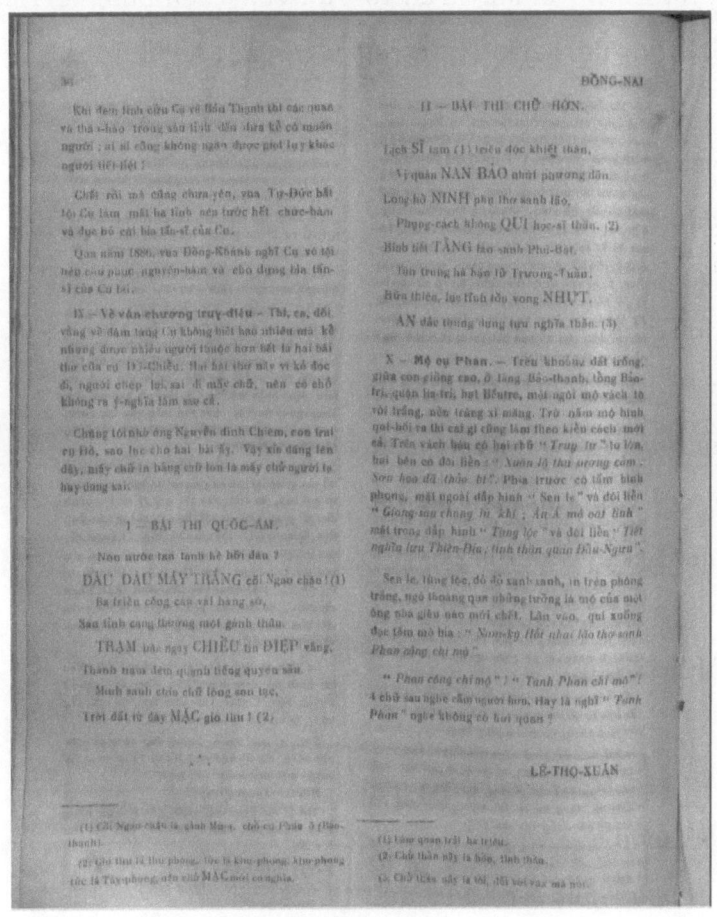

Như vậy, có thể thấy rằng đây chính là một phiên bản thuộc loại đáng tin cậy nhất, vì ông Lê Thọ Xuân đã hỏi tận nguồn gốc của hai bài thơ với người con trai còn sống của Nguyễn Đình Chiểu là ông Nguyễn Đình Chiêm để đưa ra như trên vào năm 1933.

Janvier - 1er Février 1933

Năm 1935, bà Mai Huỳnh Hoa là cháu ngoại của bà Sương Nguyệt Anh, tức cháu cố của Nguyễn Đình Chiểu, cho đăng bài "Tiểu Sử Cụ Đồ Chiểu" trên tờ *Tân Văn Tuần Báo*, Février 16, 1935. Trong đó, hai bài thơ trên được chép lại như sau:

"Non nước tan tành hệ bởi đâu
Dàu dàu mây bạc cõi Ngao Châu
Ba triều công cán vài hàng sớ
Sáu tỉnh cương thường một gánh thâu
Trạm Bắc ngày chiều tin điệp vắng
Thành Nam đêm quạnh tiếng quyên sầu
Minh sanh chín chữ lòng son tạc
Trời đất từ nay mặc gió thu

Và bài chữ Hán

Lịch SỰ tam triều độc khiết thân
Vi CÔNG nan bảo nhứt phương dân
Long Hồ ninh phụ thơ sanh lão
Phụng các không quy học sĩ thần
Bỉnh tiết tằng lao sanh Phú Bật
Tận trung hà hận tử Trương Tuần
Hữu thiên Lục tỉnh tồn vong sự
An đắc KHU KHU tựu nghĩa thần"[13]

---

[13] Mai Huỳnh Hoa, "Tiểu Sử Cụ Đồ Chiểu", *Tân Văn Tuần Báo*, Février 16, 1935. Những chữ in lớn là của người viết nhấn mạnh.

Có thể thấy rằng phiên bản bài thơ chữ Nôm của bà Mai Huỳnh Hoa hoàn toàn giống với phiên bản của ông Lê Thọ Xuân, chỉ khác nhau ở chỗ mây "bạc" thay vì mây "trắng" trong câu thơ số hai.

Còn bản chữ Hán thì có khác nhiều hơn, như lịch "sự", vi "công", tồn vong "sự" và "khu khu" tựu nghĩa - thay vì lịch "sĩ", vi "quân", tồn vong "nhựt" và "thung dung" tựu nghĩa.

Dưới đây là hình chụp bài báo "Tiểu Sử Cụ Đồ Chiểu" trên tờ *Tân Văn Tuần Báo* của bà Mai Huỳnh Hoa:

https://gallica.bnf.fr/ark:/12148/bpt6k979930t/f3.item

Năm 1938, ông Phan Văn Hùm là chồng của bà Mai Huỳnh Hoa cho xuất bản cuốn *Nỗi Lòng Đồ Chiểu* lần thứ nhất. Cuốn sách này từng bị chính phủ thuộc địa cấm lưu hành. Nhưng sau khi ông Phan Văn Hùm qua đời, nó đã được bà Mai Huỳnh Hoa cho in lại lần thứ hai vào năm 1957, với chú thích là được "sửa chữa cẩn thận".

Và phiên bản của hai bài thơ điếu Phan Thanh Giản trong cuốn sách này là phiên bản mà người viết nghĩ là chính xác nhất. Vì vậy, người viết đã sử dụng phiên bản đó trong phần giới thiệu, cũng như cho toàn thể bài viết này. Ngoài lý do bà Mai Huỳnh Hoa là con cháu trong nhà, còn có một lý do nữa là vì chồng bà, ông Phan Văn Hùm, chính là một học giả nghiêm cẩn với nhiều công trình nghiên cứu giá trị. Hơn nữa, có thể nói rằng ông là nhà nghiên cứu số 1 về Nguyễn Đình Chiểu từ trước đến nay. Ông chính là người đã sưu tầm và cho xuất bản những tác phẩm tiêu biểu của Nguyễn Đình Chiểu như *Ngư Tiều Vấn Đáp Y Thuật* và *Dương Từ Hà Mậu*.

Để xác định thêm rằng phiên bản của ông Phan Văn Hùm là phiên bản chính xác nhất, năm 1991 trong số 10 *Báo Khoa Học Xã Hội*, nhà nghiên cứu Cao Tự Thanh cho biết có một phiên bản chép tay nữa của hai bài thơ trên:

"... hai bài thơ mang nhan đề [Điếu Đông các Đại học sĩ Phan công] trong [Thi văn hợp tập], một tài liệu Hán Nôm chép tay của gia đình Nguyễn Đình ở Bến Tre, hiện do chị Âu Dương Thị Yến cất giữ, đã cung cấp cho những người quan tâm đến vấn đề này một văn bản rất đáng lưu ý. Trong tài liệu nói trên, hai bài thơ này được chép giữa một số thơ văn điếu, tế của Nguyễn Đình Chiểu, bài chữ Hán trước, kế đến dòng chữ "Hựu quốc âm nhất thủ" và bài chữ Nôm."[14]

Và ông Cao Tự Thanh cho biết thêm là tài liệu chép tay này cho thấy hai bài thơ giống như phiên bản trong *Nỗi Lòng Đồ Chiểu* của Phan Văn Hùm gần như hoàn toàn; chỉ khác ở vài chữ mà không ảnh hưởng đến ý nghĩa của hai bài thơ.

Tóm lại, có thể thấy rằng phiên bản của Phan Văn Hùm trong *Nỗi Lòng Đồ Chiểu* in lần thứ hai, do bà Mai Huỳnh Hoa sửa chữa cẩn thận vào năm 1957 là phiên bản chính xác nhất của hai bài thơ.

Xin chép lại phiên bản đó dưới đây:

Bài chữ Nôm

Non nước tan tành, hệ bởi đâu
Dàu dàu mây bạc cõi Ngao-châu
Ba triều công-cán vài hàng sớ

---

[14] Cao Tự Thanh, "Góp Thêm Một Cách Hiểu Về Bài Thơ Điếu Phan Thanh Giản Bằng Chữ Hán Của Nguyễn Đình Chiểu", *Báo Khoa Học Xã Hội*, Số 10, 1991, pp. 66-75

Sáu tỉnh cương-thường một gánh thâu
Trạm bắc ngày chiều tin điệp vắng
Thành nam đêm quạnh tiếng quyên sầu
Minh-sanh chín chữ lòng son tạc
Trời đất từ đây mặc gió thu

Bài chữ Hán

Lịch sĩ tam triều độc khiết thân
Vi quân nan bảo nhứt phương dân
Long-hồ ninh phụ thơ sanh lão
Phụng các không qui học sĩ thần
Bỉnh tiết tằng lao, sanh Phú Bật
Tận trung hà hận, tử Trương Tuần
Hữu thiên! Lục-tỉnh tồn vong sự
An đắc thung-dung tựu nghĩa thần

Như đã nói trong phần giới thiệu, hai bài thơ điếu Phan Thanh Giản đã tạo ra khá nhiều sóng gió trên văn đàn cả nước. Trong thập niên 1940, một nhà nghiên cứu văn học nổi tiếng là ông Ngô Tất Tố, có lẽ vẫn còn dựa vào bài đăng trên *Nam Phong* của ông Lâm Tấn Phác, nên đã viết trong cuốn *Thi Văn Bình Chú* của ông rằng bài thơ Nôm là do Phan Thanh Giản làm, chứ không phải của Nguyễn Đình Chiểu..

Vì sự lầm lẫn này, ông Trực Thần đã viết một bài trên *Tri Tân* số 89, Avril 1943 với tựa đề "Bài Đường luật ấy phải chăng của cụ Phan-thanh-Giản?" để đính chính rằng bài thơ chữ Nôm là của Nguyễn Đình Chiểu chứ không phải của Phan Thanh Giản.

Tiếp theo, cũng trên tờ *Tri Tân*, học giả Nguyễn Văn Tố đã lên tiếng chỉnh sửa ông Ngô Tất Tố rất tận tình về cách ông Ngô nghiên cứu thơ văn Phan Thanh Giản, như sau:

"Những tập văn thơ của cụ Phan-thanh-Giản, ông Ngô Tất-Tố cũng chép thiếu và chép sai.... Còn những bài thơ nôm mà ông Ngô Tất-Tố sao lại sai-nhầm thiếu-sót thế nào, Tri Tân, số 89, 96 và 97, đã đăng rõ, tôi chỉ thí dụ bài Tuyệt mệnh thứ hai là bài của ông Nguyễn đình-Chiểu (tác giả quyển Lục-vân-Tiên), mà ông Ngô Tất Tố chép là của cụ Phan-thanh-Giản! Bài thơ ấy có chữ Ngao-châu là tên bãi chỗ cụ ở, thế mà ông Ngô Tất-Tố "chú dẫn" là "cõi của cá ngao, chỉ về những xứ loạn lạc"! Lại có câu "Minh tinh chín chữ", ông Ngô Tất-Tố "chú dẫn" chỉ viết có bảy chữ, là "Hải nhai lão thư sinh chi cữu", dẫn cả chữ nho, cũng chỉ có bảy chữ! Có lẽ ông Ngô Tất-Tố đếm kiểu Chiêu Hổ Xuân-hương! Chín chữ ấy, người ta có tìm thấy trong di-bút của cụ Phan-thanh-Giản như sau này: "Minh tinh thỉnh tỉnh, nhược vô, ưng thơ: 'Đại-Nam hải nhai lão thư sinh tính Phan chi cữu', diệc dĩ thử chi mộ". Nghĩa là "minh tinh xin bỏ, nếu không chịu bỏ, thì nên viết thế này "Cái cữu của người học-trò già, ở góc bể Đại Nam là họ Phan, mộ chí cũng đề như thế". Sở dĩ gọi là chín chữ là tính từ chữ "Đại Nam hải nhai lão thư sinh tính Phan". Cứ như thế là cụ dặn bỏ minh tinh, bất đắc dĩ hãy viết, chứ không phải như lời ông Ngô Tất-Tố nói cụ "*tự tay viết sẵn chín chữ ...để làm lòng minh tinh*".

Nói tóm lại, từ tiểu-truyện đến sao-lục văn thơ và chú-thích dẫn-giải, ông Ngô Tất-Tố đã làm rất dối-dá, đã không bổ ích gì, lại thêm hại nữa, vì nhầm lẫn nhiều quá, mà toàn là những chỗ hệ-trọng, như bài ông này sao cho ông kia, việc năm trước chép vào năm sau, tên đất nọ dẫn ra đất kia, v.v.!"[15]

Với bài viết trên, ông Ứng Hòe đã chẳng những minh xác rằng Nguyễn Đình Chiểu mới chính là tác giả của bài thơ Nôm, mà cũng đồng thời giải thích rõ ràng sự hiểu biết của ông về câu "*Minh tinh chín chữ lòng son tạc*" trong bài thơ Nôm.

Như vậy, qua những sách vở, bài viết nói trên trong suốt mấy mươi năm, hai bài thơ điếu Phan Thanh Giản của Nguyễn Đình Chiểu đã có một lịch sử khá ly kỳ và đã làm tốn khá nhiều giấy mực, từ đó đến giờ.

Nhưng tuy rằng phiên bản chính xác nhất của hai bài thơ đã có mặt từ lâu - sớm nhất là trong tờ *Đồng Nai* năm 1933 với bài báo của ông Lê Thọ Xuân, hay trễ nhất là trong tác phẩm *Nỗi Lòng Đồ Chiểu* của ông Phan Văn Hùm in lần thứ hai năm 1957

---

[15] Ứng Hòe Nguyễn Văn Tố, "Quyển Thi Văn Bình Chú" X, *Tri Tân* số 99, 10 Juin 1943, pp. 8-9.

- nhưng đến giờ này thì những dị bản của hai bài thơ trên vẫn được lưu truyền. Nhất là khi chúng được đem ra để phục vụ cho mục đích chính trị nhằm giữ vững lập trường "yêu nước" của Nguyễn Đình Chiểu, và khi mà Phan Thanh Giản đã bị gán cho nhãn hiệu "bán nước" hay "mãi quốc" qua lá cờ khởi nghĩa của anh hùng Trương Định.

Việc sử dụng những phiên bản sai cũ nói trên trong mục đích bôi nhọ Phan Thanh Giản để nối tiếp chủ trương lên án nhân vật lịch sử này nhằm phục vụ mục tiêu chính trị có thể thấy được qua những bài viết điển hình sau đây trong các thập niên kế tiếp thập niên 1960, khi Phan Thanh Giản bị đem ra đấu tố trên tờ *Nghiên Cứu Lịch Sử*.

III.
Những Bài Viết Cho Rằng Nguyễn Đình Chiểu Đã Chê Trách Phan Thanh Giản Qua Hai Bài Thơ Điếu

Như đã nói trên, những bài viết dưới đây là để tiếp theo phiên tòa đấu tố Phan Thanh Giản vào năm 1963 trên tờ *Nghiên Cứu Lịch Sử* do ông Trần Huy Liệu vừa làm quan toà vừa làm công tố viên. Tại phiên tòa đó, ông Trần Huy Liệu đã tuyên bố Phan Thanh Giản vừa có tội "bán nước" tức "mãi quốc", lại vừa có tội "đầu hàng". Và sau phiên tòa đấu tố nói trên, Phan Thanh Giản đã được "nhất trí" coi là tội nhân của lịch sử.

Rồi vì lý do phải giải thích lịch sử theo khái niệm "địch ta" của miền Bắc, nên một nhà thơ được coi là đại diện cho phong trào "yêu nước" vào thế kỷ 19 ở Nam Kỳ như Nguyễn Đình Chiểu thì không thể nào có thể có những lời ca ngợi một tội nhân lịch sử như vậy được. Cho nên hai bài thơ điếu Phan Thanh Giản của Nguyễn Đình Chiểu đã được các tác giả của những bài viết dưới đây đem ra mổ xẻ và áp dụng những lý luận thô thiển cũng như những sự bịa đặt trắng trợn nhất; nhằm biến đổi hai bài thơ thành những lời thóa mạ Phan Thanh Giản, để hợp với đường lối chính trị đã được đề ra như trên.

Có ba bài viết tiêu biểu cho đường lối này, và người viết sẽ trình bày nhận xét của mình về chúng sau đây, theo thứ tự thời gian: Trần Nghĩa (1972), Trần Khuê (1994) và Phạm Thị Hảo (2017).

A. TRẦN NGHĨA:

Mấy Ý Kiến Về Công Tác Văn Bản Nhân Đọc Cuốn "Thơ Văn Nguyễn Đình Chiểu" - Tạp Chí Văn Học, số 4, 1972

Năm 1972, nhân kỷ niệm 150 năm ngày sinh của Nguyễn Đình Chiểu (1822-1888), ông Trần Nghĩa, người sau này trở thành Viện Trưởng Viện Hán Nôm, có một đoạn văn như sau về hai bài thơ điếu Phan Thanh Giản của Nguyễn Đình Chiểu:

"... Nhân đây, chúng tôi muốn nói thêm một chút về bài thơ Điếu Phan Thanh Giản bằng chữ Hán tương truyền là của cụ Đồ Chiểu. Trong cuốn Thơ văn Nguyễn Đình Chiểu, bài thơ được chép lại như sau:

Lịch sĩ tam triều độc khiết thân
Vi công thùy tán nhất phương dân.
Long-hồ uổng phụ thư sinh lão,
Phụng các không vi học sĩ thần.
Bỉnh tiết tần lao sinh Phú Bật,
Tận trung hà hận tử Trương Tuần.
Hữu thiên Lục-tỉnh tồn vong sự.
Nan đắc thung dung tựu nghĩa thần.

*Ở phần chú thích cuối bài thơ, những người biên tập có nói: "Quan niệm của Nguyễn Đình Chiểu về sự nghiệp và cái chết của Phan Thanh Giản có điểm chúng ta cần phải xét lại; trong thái độ của Nguyễn Đình Chiểu cũng có một phần thương xót, **mặc dầu Nguyễn Đình Chiểu cũng như Trương Công Định và nghĩa quân cùng nhân dân Nam-bộ phản đối hành động đầu hàng của Phan Thanh Giản và Lâm Duy Hiệp và đã nói trắng "Phan, Lâm mãi quốc ...", tức là Phan, Lâm bán nước"**. Một bài thơ như thế mà chú thích như thế, thì nói chung cũng là thỏa đáng.* Duy một điều làm cho người đọc băn khoăn là ở câu thơ thứ 5 và câu thơ thứ 6 lại nhắc tới tích Phú Bật và Trương Tuần, điểm này không ăn khớp lắm với tinh thần thông cảm, thương xót bàng bạc trong bài thơ. Vì như chúng ta biết, Phú Bật là một danh thần đời Tống. Triều Tống Nhân Tông, nước Liêu (Khiết-đan) đem quân uy hiếp bờ cõi Tống, đòi Tống cắt đất; Phú Bật phụng mệnh đi sứ, hết sức phản kháng và bày tỏ mọi lời lẽ lợi hại, kết quả đã thuyết phục được kẻ thù, làm cho Liêu phải rút quân về. Còn Trương Tuần là người đời Đường. Vào cuối triều Đường Huyền Tông, An Lộc Sơn dấy loạn, Trương Tuần giữ thành Tuy-dương cương quyết chống đánh. Giặc vây suốt mấy tháng, hết lương ăn, thành bị hãm, ông bị bắt. Trước kẻ thù, ông chửi mắng tàn tệ, giặc lấy đao bẻ răng ông rồi giết đi... **Thế thì tác giả bài thơ nhắc lại sự tích oanh liệt của Phú Bật và Trương Tuần ở đây với dụng ý gì? Để tỏ ý thông cảm, xót thương Phan Thanh Giản ư? - Không thể! Vì tuy cảnh ngộ có nhiều điểm tương đồng, nhưng cách "xử trí" và kết** *quả công việc của Phan Thanh Giản so với hai người kia khác nhau một trời một vực!* Như chúng ta biết, Phan Thanh Giản (1796-1867) đỗ tiến sĩ năm 1826 (Minh Mệnh thứ 7), trải thờ ba đời vua (Minh Mệnh, Thiệu Trị, Tự Đức), làm quan đến Hiệp biện đại học sĩ. Năm 1862, được triều đình Huế cử vào Nam kỳ hòa ước với Pháp, rồi năm 1863 đi sứ sang Pháp để chuộc lại ba tỉnh miền Đông Nam-kỳ, nhưng kết quả không thành. Năm 1867, lại trở vào Nam làm Kinh lược sứ ba tỉnh miền Tây. Thực dân Pháp tấn công Vĩnh-long, Phan Thanh Giản đã dâng thành cho giặc rồi uống thuốc độc tự tử ... Một con người như thế, với những hành động như thế, làm sao có thể so sánh cùng Phú Bật, Trương Tuần? Vậy chỉ có thể nói Nguyễn Đình Chiểu - nếu bài thơ chữ Hán này là của cụ Đồ Chiểu - đã **sử dụng hai điển tích ấy để làm nổi lên sự nhu nhược và đầu hàng của Phan Thanh Giản mà thôi!** Nhưng còn cái ý thông cảm, xót thương rải rác trong những câu thơ còn lại? Để trả lời câu hỏi này, chúng ta hãy trở về một chút với lai lịch bài thơ. Từ năm 1927, không biết có phải là lần đầu tiên hay không, ta thấy bài thơ ấy xuất hiện trong Phan Thanh Giản truyện, một cuốn sách của Thái Hữu Võ, nói là do Nguyễn Đình Chiểu làm ra để điếu Phan Thanh Giản, cùng với bài thơ Nôm "Non nước tan tành hệ bởi đâu ..." Nhưng theo Lê Thọ Xuân trong bài Trả cho Đồ Chiểu đăng ở tạp chí Tri tân số 96 (5-1943), thì hai bài thơ do Thái Hữu Võ sưu tầm sai những 15 chữ, thêm bản chữ Hán viết lầm lẫn hai chữ thần (bầy tôi) và thần (thần hồn)". Đến năm 1933, Lê Thọ Xuân có nhờ Nguyễn Đình Chiêm là người con trai thứ bảy của cụ Đồ Chiểu sao lục lại bài thơ chữ Hán này một cách đúng đắn hơn và giới thiệu trên Đồng-nai tạp chí số đặc biệt mùa xuân. Rồi năm 1935, bài thơ ấy lại được Mai Huỳnh Hoa giới thiệu trên một bài báo nhan đề Tiểu sử cụ Đồ Chiểu đăng ở Tân văn số 27. Ba năm sau, Phan Văn Hùm lại đưa bài thơ này vào cuốn Nỗi lòng Đồ Chiểu của mình. Tuy Lê Thọ Xuân, Mai Huỳnh Hoa cũng như Phan Văn Hùm đều lấy tài liệu từ Nguyễn Đình Chiêm, nhưng qua mấy lần sao chép, bài thơ đã khác nhau một số chữ. Đến Thơ văn Nguyễn Đình Chiểu thì hiện tượng "thất bản" trở thành rõ rệt. Xin chép ra đây bài thơ do Mai Huỳnh Hoa sưu tầm mà chúng tôi cho là tiêu biểu nhất để bạn đọc tiện so sánh với bài thơ trong cuốn Thơ văn Nguyễn Đình Chiểu:

Lịch sự tam triều độc khí thân,
Vi công nan bảo nhất phương dân.
Long-hồ ninh phụ thư sinh lão,
Phụng các không quy học sĩ thần.
Bỉnh tiết tằng lao, sinh Phú Bật,
Tận trung hà hận, tử Trương Tuần.
Hữu thiên! Lục-tỉnh tồn vong sự,
An đắc khu khu tựu nghĩa thần?

Chúng tôi xin tạm dịch ý như sau:

Đã trải thờ ba triều [vua], mà chỉ riêng [ông] tự vẫn,
Không có ông, khó mà bảo vệ dân chúng một miền
Đất Long-hồ nào có phụ người học trò già,

[Mà] nơi Phụng các chỉ còn trở về có vong hồn vị học sĩ
Từng vất vả cầm phù tiết [đi sứ], Phú Bật vẫn sống,
Không ân hận gì [với đạo] tận trung, Trương Tuần đã chết
Chuyện sáu tỉnh còn hay mất là có trời [trong ấy],
Nào được chi [cái hành động] tựu nghĩa nhỏ nhặt của một bề tôi?

Bài thơ một mạch từ đầu chí cuối đều ngụ cái ý chê trách Phan thanh Giản nhiều hơn thông cảm, xót thương. Tác giả muốn nói là toàn dân trông cậy vào một lão thần như Phan thanh Giản thế mà Phan thanh Giản lại **trốn trách nhiệm, chết một cách không trọn vẹn**. Bản do Phan Văn Hùm sưu tầm tuy có khác đi mấy chữ, nhưng ý vị chê trách thì vẫn còn nhất quán (21 Những chữ ở bản Phan Văn Hùm khác với bản Mai Huỳnh Hoa: câu 1, sự chép là sĩ; khí chép là khiết. Câu 2, công chép là quân. Câu 8, khu khu chép là thung dung). Chỉ khi sang Thơ văn Nguyễn Đình Chiểu, do thay đổi đi một số chữ quan trọng, mà bài thơ đã thành ra "nửa phần phê phán, nửa phần bênh che".

Nêu những hiện tượng trên đây, chúng tôi chỉ muốn đi tới hai đề nghị. Một là, để cho ý nghĩa bài thơ được nhất quán từ đầu chí cuối, ta nên dựa vào bản sưu tầm của Mai Huỳnh Hoa. Và hai là, **nếu như thế thì tư tưởng chủ đạo của bài thơ sẽ là lên án hành vi đầu hàng, bán nước và cái chết trốn trách nhiệm của Phan Thanh Giản**. Điều đó liệu có thể xảy ra đối với Nguyễn đình Chiểu, đồng thời là tác giả của bài thơ Nôm "Non nước tan tành hệ bởi đâu ..." hay không, vấn đề còn phải được tiếp tục *nghiên cứu...*"[16]

1. Chọn Phiên Bản Cũ Và Sai của Mai Huỳnh Hoa Để Dịch Theo Ý Mình

Theo đoạn văn cuối, tác giả Trần Nghĩa đã có hai kết luận hay hai đề nghị, nhưng thật ra chỉ là một. Đó là việc cho rằng **"ta nên"** chọn phiên bản của hai bài thơ đã được bà Mai Huỳnh Hoa cho đăng trong tờ *Tân Văn*, vì có **"như thế thì"** mới thấy rằng **"ý nghĩa bài thơ được nhất quán từ đầu chí cuối"**, và **"tư tưởng chủ đạo của bài thơ sẽ là lên án hành vi đầu hàng, bán nước và cái chết trốn trách nhiệm của Phan Thanh Giản"**. Có nghĩa là ông Trần Nghĩa đã chọn phiên bản của bà Mai Huỳnh Hoa trên tờ Tân Văn, vì chỉ với phiên bản này thì ông mới giải thích được rằng Nguyễn Đình Chiểu đã "lên án" Phan Thanh Giản thay vì ngợi khen, như tất cả các phiên bản khác cho thấy.

Và ý tưởng lên án Phan Thanh Giản này của ông Trần Nghĩa đã được bộc lộ ngay từ đầu, khi ông giới thiệu hai bài thơ điếu Phan Thanh Giản của Nguyễn Đình Chiểu. Dẫn ra hai bài thơ trên từ cuốn *Thơ Văn Nguyễn Đình Chiểu* với lời phê bình của tác giả Ngạc Xuyên Ca Văn Thỉnh rằng mặc dù "nhân dân Nam

---

[16] Trần Nghĩa, "Mấy Ý Kiến Về Công Tác Văn Bản Nhân Đọc Cuốn "Thơ Văn Nguyễn Đình Chiểu", *Tạp Chí Văn Học*, số 4, 1972. Những chữ in đậm là do người viết nhấn mạnh.

bộ đã lên án Phan Lâm mãi quốc" nhưng vẫn còn có người thương xót Phan Thanh Giản như Nguyễn Đình Chiểu, ông Trần Nghĩa đã tỏ thái độ quyết liệt không chấp nhận lời bênh vực yếu ớt dành cho Phan Thanh Giản như trên của ông Ngạc Xuyên, người đồng hương với Phan Thanh Giản. Hơn nữa, ông Trần Nghĩa còn cho ý kiến rằng: "Một bài thơ như thế mà chú thích như thế, thì **nói chung cũng là thỏa đáng**". Nghĩa là vì tác giả Ca Văn Thỉnh đã tỏ ra biết điều khi đem câu thần chú vạn năng "Phan Lâm mãi quốc" vào lời phê bình Phan Thanh Giản như trên, nên ông Trần Nghĩa mới cho là tạm ổn.

Thế nhưng vì không thể dùng bài thơ Nôm để chứng minh rằng Nguyễn Đình Chiểu đã lên án Phan Thanh Giản, bởi bài thơ bằng tiếng Việt này có ý nghĩa quá rõ ràng là để thương xót và khen tặng Phan Thanh Giản, nên ông Trần Nghĩa đã phải quay sang sử dụng bài thơ chữ Hán để làm điều đó. Và chẳng những vậy thôi, mà ông Trần Nghĩa nhất quyết phải chọn phiên bản năm 1935 đăng trên báo Tân Văn của bà Mai Huỳnh Hoa. Vì chỉ với phiên bản này và theo cách giải thích của ông, thì ông Trần Nghĩa mới có thể làm cho ý nghĩa bài thơ chữ Hán của Nguyễn Đình Chiểu được "nhất quán", là lên án sự "đầu hàng, bán nước" và "trốn trách nhiệm" của Phan Thanh Giản, mà thôi.

Nhưng như vậy thì trước nhất ông Trần Nghĩa đã tỏ ra rất bất cẩn trong việc nghiên cứu các văn bản về hai bài thơ này, cho dù bài viết của ông có chủ đề chính là "công tác văn bản" về thơ văn của Nguyễn Đình Chiểu.

Đầu tiên, ông Trần Nghĩa cần phải biết rằng bà Mai Huỳnh Hoa là vợ của ông Phan Văn Hùm, và là cháu cố của Nguyễn Đình Chiểu. Như bà có cho biết trong lời Bạt của cuốn *Nỗi Lòng Đồ Chiểu* in lần thứ hai vào năm 1957, ông Phan Văn Hùm đã vì bà, và cùng với bà, soạn ra cuốn *Nỗi Lòng Đồ Chiểu* in lần đầu vào năm 1938. Rồi sau khi ông Phan Văn Hùm chết thì vào năm 1957 bà đã đồng ý cho nhà xuất bản Tân Việt in cuốn này lần thứ hai, với chú thích là "sửa chữa cẩn thận".[17] Với lần in thứ hai đó là phiên bản chính xác nhất của hai bài thơ, như người viết đã cho biết lý do ở trên.

Thế nhưng đến tận năm 1972, khi viết về công tác văn bản thơ Nguyễn Đình Chiểu, chuyên gia Hán Nôm Trần Nghĩa lại không thèm nghiên cứu kỹ lưỡng cuốn sách quan trọng bậc nhất về Nguyễn Đình Chiểu nói trên và lời Bạt của nó (mà chỉ nhắc đến Phan Văn Hùm cho có), để biết rằng chính tác giả Mai Huỳnh Hoa đã sửa lại những gì bà đã cho đăng vào năm 1935 trên tờ *Tân Văn*. Có nghĩa rằng phiên bản mà ông Trần Nghĩa dựa vào để lên án Phan Thanh Giản đã bị chính tác giả của nó là bà Mai Huỳnh Hoa loại bỏ vì không chính xác, mà muộn nhất là từ năm 1957.[18]

---

[17] *Nỗi Lòng Đồ Chiểu*, Ibid, pp. 108-110.
[18] Người viết không có bản in lần thứ nhất của cuốn *Nỗi Lòng Đồ Chiểu* năm 1938, nhưng theo ông Lê Thọ Xuân thì trong đó hai bài thơ giống như phiên bản mà ông Trực Thần đã đăng trên *Tri Tân*.

Kế đến, ông Trần Nghĩa chỉ nêu ra, mà không hề nói lý do tại sao ông không sử dụng phiên bản mà ông Lê Thọ Xuân đã công bố rất sớm vào năm 1933 trên tờ *Đồng Nai*, rồi sau đó nhắc lại nhiều lần trong bộ *Tri Tân Tạp Chí* vào thập niên 1940. Như đã nói, phiên bản của ông Lê Thọ Xuân giống như phiên bản trong *Nỗi Lòng Đồ Chiểu* của ông Phan Văn Hùm gần như hoàn toàn. Cả hai cùng là phiên bản chính xác nhất, vì cả hai đều được lấy từ người con trai của Nguyễn Đình Chiểu, ông Nguyễn Đình Chiêm.

Như đã nói, các ông Lê Thọ Xuân, Trực Thần, Nguyễn Văn Tố đã cho đăng nhiều bài nghiên cứu về hai bài thơ này của Nguyễn Đình Chiểu trên tờ *Tri Tân* vào thập niên 1940. Do đó, là một nhà nghiên cứu đang viết về đề tài văn bản thơ Nguyễn Đình Chiểu, ông Trần Nghĩa không thể nào không nói đến lý do tại sao ông không sử dụng phiên bản mà ông Lê Thọ Xuân đã đưa ra từ năm 1933, hay Phan Văn Hùm - Mai Huỳnh Hoa đưa ra vào năm 1957.

Vì hai lý do trên, có thể thấy rằng đây là một sự cố ý của ông Trần Nghĩa, khi ông chọn phiên bản cũ nhất và ít phổ biến nhất là phiên bản năm 1935 của bà Mai Huỳnh Hoa trên tờ *Tân Văn* để sử dụng cho bài viết của ông. Và đó là bởi vì phiên bản này có lợi cho kết luận ngay từ đầu của ông - thậm chí trước khi đi vào sự phân tích bài thơ: mượn lời của ông Ca Văn Thỉnh để khẳng định rằng cả Nguyễn Đình Chiểu cũng như Trương Định đều lên án bán nước cho Phan Thanh Giản.

a) Chọn Chữ "Khí" Thay Vì "Khiết"

Và điều này có thể được thấy rõ ràng nhất, khi ông Trần Nghĩa giải thích câu đầu tiên của bài thơ chữ Hán. Ông Trần Nghĩa viết rằng đó là *"Lịch sĩ tam triều độc KHÍ thân"*, theo phiên bản năm 1935 của bà Mai Huỳnh Hoa trên tờ *Tân Văn*, và giải thích rằng: "Đã trải thờ ba triều [vua], mà chỉ riêng [ông] tự vẫn", để chứng minh cho việc Nguyễn Đình Chiểu vạch ra sự "trốn trách nhiệm" của Phan Thanh Giản.

Nhưng rất tiếc là trong bài báo năm 1935 trên tờ *Tân Văn* này của bà Mai Huỳnh Hoa, chữ đó lại chính là chữ "KHIẾT" giống y hệt như các phiên bản khác, chứ nó chưa bao giờ được viết là KHÍ cả. Theo hình chụp bài báo ở trên, bạn đọc có thể thấy rằng do lỗi ấn loát của năm 1935 nên chữ "Khiết" bị che mất một chút ở nơi chữ "ế", nhưng ta vẫn có thể thấy được chữ t ở cuối hàng, để biết rằng nó là chữ "khiết" tức là trong sạch, chứ' không phải "khí" có nghĩa là "tự vẫn"[19].

Thế nhưng ông Trần Nghĩa đã cố tình chọn đọc chữ này là "khí", qua một lỗi lầm về ấn loát có thể dễ dàng nhận ra đó; do ông muốn chứng minh cho sự đơn độc trong việc tự vẫn hay sự "trốn tránh trách nhiệm" của Phan Thanh Giản. Thay vì ý nghĩa

---

[19] "Khí" thân là bỏ mình, nhưng ông Trần Nghĩa lại giải thích là "tự vẫn" mà nghĩa chính xác là tự đâm hay cắt cổ. Phan Thanh Giản uống thuốc độc để tự tử.

trọn vẹn của cả câu như đã xuất hiện trong tất cả các phiên bản khác, là "Lịch sĩ tam triều độc KHIẾT thân"; có nghĩa rằng chỉ có một mình ông là người liêm khiết dù trải qua làm quan ba triều vua, hay ông chỉ còn một tấm thân liêm khiết vì không có của cải gì, dù đã làm quan trải qua ba triều vua.

b) Dịch "Ninh Phụ" Là "Nào Có Phụ"

Kế đến, với chữ "ninh" trong câu *Long-hồ ninh phụ thư sinh lão*, để giải thích hai chữ "ninh phụ", ông Trần Nghĩa đã chọn dịch nghĩa ra là "nào có" như sau: *Đất Long-hồ nào có phụ người học trò già*. Thay vì sử dụng ý nghĩa thường thấy của chữ "ninh" này trong vai trò của một phó từ, là "thà", "đành", "chịu", để bổ nghĩa cho một động từ. Như trong câu mà ta thường nghe là "ninh thọ tử bất ninh thọ nhục", tức "thà chịu chết chứ không chịu nhục".

Và nếu hiểu chữ "phụ" trong câu theo nghĩa "phụ bạc", thì đây là một câu thơ mà ta khó thể biết được rằng ý của Nguyễn Đình Chiểu là "xứ Long-hồ đành phụ" Phan Thanh Giản hay Phan Thanh Giản "đành phụ xứ Long-hồ". Bởi theo kiểu thi pháp đảo ngược thứ tự nhóm chữ của tác giả Nguyễn Đình Chiểu trong hai câu thơ trên, như "thư sinh lão" thay vì "lão thư sinh" (là thứ tự Phan Thanh Giản viết cho lá minh tinh), thì quả tình khó phân biệt được đâu là chủ từ, đâu là túc từ của câu.

Nhưng nếu dựa theo phép đối ngẫu trong thơ Đường luật thì có thể thấy rằng tác giả đã cố tình đảo ngược vị trí chủ từ trong câu. Vì trong câu dưới thì rõ ràng "Phụng các" không phải là chủ từ, mà "học sĩ thần" hay "thần học sĩ" để đối lại với "lão thư sinh" mới là chủ từ trong câu này. Theo đó, vị thần, hay hồn, vị học sĩ, đã không trở về chốn Phụng Các. Và như vậy, để theo cùng thứ tự đảo ngược giống như câu thơ dưới (với luật biền ngẫu), câu thơ trên phải được hiểu theo thứ tự ngược lại là "lão thư sinh thà phụ chốn Long Hồ". Có như vậy thì câu này mới đối xứng được với ý nghĩa "thần học sĩ không muốn về Phụng Các" trong câu dưới.

Nhưng nếu như thế thì rất có thể rằng chữ "Long hồ" ở đây không phải chỉ đơn thuần là tên gọi của tỉnh Vĩnh Long không thôi, mà là để nói đến nhà vua, vì long hay rồng là chữ thường được dành cho nhà vua. Hơn nữa, nó sẽ đối rất chỉnh với Phụng Các là nơi của các quan. Và như vậy thì câu thơ có nghĩa là lão thư sinh Phan Thanh Giản đành hay thà phụ nhà vua, như ông đã tự nhận hết tội về mình trong bản Di Sớ. Và đó là vì ông phải làm nhiệm vụ bảo vệ cho "nhất phương dân" ở Nam Kỳ, như tác giả Nguyễn Đình Chiểu đã viết trong câu thơ ngay trước câu này.

Còn nếu như chữ "phụ" ở đây có nghĩa là "mang" hay "gánh", thì "ninh phụ" phải được dịch như ông Cao Tự Thanh, là Phan Thanh Giản đành chịu mang cái danh "lão thư sinh" ở đất Long-hồ.²⁰ Mà như vậy thì nó cũng sẽ đối rất chỉnh với câu dưới, là khỏi uổng công về làm hồn hay thần học sĩ nơi Phụng Các.

Tóm lại, hai chữ "ninh phụ" trong cả hai trường hợp nói trên đều không hề có nghĩa là "nào có phụ", *Đất Long-hồ nào có phụ người học trò già,* như ông Trần Nghĩa đã viết. Nhưng ông Trần Nghĩa đã cố tình bẻ cong câu thơ nói trên để diễn dịch ra thành một lời trách móc, để cho thấy rằng đất Vĩnh Long đã không phụ Phan Thanh Giản, và từ đó suy ra hàm ý rằng Phan Thanh Giản đã phụ Vĩnh Long!

Trong khi đó, theo sự thật lịch sử thì chính Phan Thanh Giản là người đã dùng tài ngoại giao để đòi lại được tỉnh Vĩnh Long từ tay người Pháp vào năm 1863, khi ông yêu cầu họ phải thực hiện điều số 11 của hòa ước 1862. Mà đó là sau khi người Pháp đã đánh chiếm được Vĩnh Long lẫn ba tỉnh miền Tây vào năm 1862. Và sự thật lịch sử này thì chắc chắn dân chúng cả xứ Vĩnh Long đều biết, vì Phan Thanh Giản cũng chính là người đại diện cho nhà Nguyễn để tiếp thu Vĩnh Long từ tay người Pháp.²¹

Hơn nữa, Long Hồ thật ra chỉ là một địa danh, do đó khó thể cho rằng nó có khả năng như con người để mà "phụ bạc" nhau. Còn nếu nói rằng đó là dân chúng Long Hồ đã bị Phan Thanh Giản phụ bạc thì càng vô lý hơn nữa, bởi vì mới vừa trước đó

---

²⁰ Cao Tự Thanh, Ibid.
²¹ Winston Phan Đào Nguyên. *Phan Thanh Giản Và Vụ Án "Phan Lâm Mãi Quốc, Triều Đình Khí Dân".* NXB Nhân Ảnh, 2021.

thì Nguyễn Đình Chiểu đã có câu *Vi quân nan bảo nhứt phương dân*, tức là không có Phan Thanh Giản thì khó có ai bảo vệ được người dân ở chốn này.

Do đó, theo ý người viết, chữ Long-hồ ở đây có lẽ hợp lý nhất là nói về vua Tự Đức. Và với câu thơ này thì Nguyễn Đình Chiểu đã nói lên nỗi lòng của Phan Thanh Giản là đành phụ lòng nhà vua (hay mang tiếng lão thư sinh), chứ không muốn về làm thần học sĩ nơi Phụng Các.

Nhưng chắc chắn là không có ý nghĩa trách móc Phan Thanh Giản đã phụ đất Long-hồ, như ông Trần Nghĩa giải thích.

c) Chọn "Khu Khu" Thay Vì "Thung Dung"

Kế đến là sự chọn lựa câu thơ chót trong phiên bản của bà Mai Huỳnh Hoa vào năm 1935, *An đắc khu khu tựu nghĩa thần*, mà ông Trần Nghĩa đã dịch ra là "Nào được chi [cái hành động] tựu nghĩa nhỏ nhặt của một bề tôi?"

Như đã nói, đây là phiên bản chỉ xuất hiện một lần duy nhất vào năm 1935 trên một bài báo, và sau đó thì chính tác giả Mai Huỳnh Hoa đã phủ định phiên bản này; bằng cách cho đăng lại bài thơ trên trong một cuốn sách vào năm 1938, rồi tái bản vào năm 1957, là cuốn *Nỗi Lòng Đồ Chiểu*. Theo cuốn sách đó, hai chữ trong câu chót của bài thơ là là "thung dung" chứ không phải "khu khu". Và "thung dung" cũng chính là hai chữ mà tất cả các phiên bản khác đều sử dụng.

Do đó, việc ông Trần Nghĩa chọn phiên bản năm 1935 này để cho là phiên bản chính xác nhất - cho dù năm ông viết bài là 1972 và trong tay ông ít nhất phải có một phiên bản đúng (thung dung) - cho thấy rằng ông đã cố ý làm như vậy. Cũng như có thể thấy rằng trong bài viết ông không hề đá động gì đến phiên bản đúng mà lại tự động chọn bản năm 1935 của bà Mai Huỳnh Hoa. Và đó là vì nó có chữ "**khu khu** tựu nghĩa thần" mà ông Trần Nghĩa cố tình dịch thành ý nghĩa "nào có ra gì hành động tựu nghĩa nhỏ nhặt của một kẻ bầy tôi"! Rõ ràng mục đích của ông Trần Nghĩa là để biến câu thơ trên từ một lời khen ngợi thành ra một lời châm biếm chế nhạo Phan Thanh Giản.

Điều đáng nói ở đây là trong cương vị một tiến sĩ phó giáo sư và sau này trở thành Viện Trưởng Viện Hán Nôm từ 1980-1990, ông Trần Nghĩa lại chẳng biết rằng cụm từ *"thung dung tựu nghĩa"* chính là một nhóm chữ luôn đi chung với nhau, để chỉ định một hành động khó khăn của kẻ bầy tôi khi tự xử lấy mình.

Theo điển tích được lưu truyền thì một vị quan thời chúa Trịnh là Lý Trần Quán đã bình thản tự tử, khi Nguyễn Trang, người ông nhờ vả để giúp đỡ vị chúa Trịnh Khải của ông lại quay ra bán đứng Trịnh Khải. Do đó, có hai câu đối tương truyền là để điếu Lý Trần Quán, như sau:

Khảng khái cần vương dị
Thung dung tựu nghĩa nan

Có nghĩa là khảng khái giúp vua là chuyện dễ, nhưng thung dung chết vì nghĩa thì khó.

Hoặc theo một điển tích khác thì cụm từ này nằm trong một bài ca trù khóc bà Phan Thị Thuấn đã nhảy xuống sông tự tử chết theo chồng là ông Ngô Cảnh Hoàn vào thời Hậu Lê. Hai câu giống như vậy đã được ông Dương Quảng Hàm chép lại như sau:

Khảng khái tòng vương dị,
Thung dung tựu nghĩa nan.[22]

Như vậy, hai câu đối này chắc chắn đã được lưu truyền từ trước thời của Nguyễn Đình Chiểu, và do đó ông đã sử dụng chính cụm từ "thung dung tựu nghĩa" này để nói đến cái chết

---

[22] Chữ Hán: 慷慨從王易，從容就義難. Nghĩa: Hăng hái theo việc vua thì dễ, Thung dung chết vì nghĩa mới khó. Theo Dương Quảng Hàm. Quốc Văn Trích Diễm. Saigon, NXB Bốn Phương, 1953. [tái bản của ấn bản in ở Hanoi, lần 2, 1925], hay: https://www.thivien.net/Khuy%E1%BA%BFt-danh-Vi%E1%BB%87t-Nam/Li%E1%BB%87t-n%E1%BB%AF-Phan-Th%E1%BB%8B-Thu%E1%BA%A5n/poem-6DxaEtfgFkAde6kE4I8xfA

ung dung do tự xử lấy tội mình (đối với vua) của Phan Thanh Giản.

Tức là ý nghĩa của cụm từ "thung dung tựu nghĩa" đã có từ lâu, và Nguyễn Đình Chiểu chỉ đem điển tích này ra sử dụng, chứ không phải là người sáng tạo ra nó. Trong khi đó, phiên bản năm 1935 trên tờ Tân Văn của bà Mai Huỳnh Hoa là phiên bản duy nhất có chữ "khu khu". Còn tất cả các bản khác đều là "thung dung". Do đó, nếu thật tình muốn chú trọng về vấn đề "văn bản" như chính ông đã nêu lên ở đề bài thì ông Trần Nghĩa ít nhất cũng phải giải thích tại sao ông không xét đến "thung dung tựu nghĩa" là một cụm từ đã thông dụng, mà lại đi chọn một phiên bản lạ lùng nhất mà chính người đưa nó ra cũng đã nhìn nhận là sai sau đó.

Điều này một lần nữa cho thấy rằng ông Trần Nghĩa đã cố tình chọn một phiên bản xưa và duy nhất có hai chữ "khu khu" thay vì "thung dung" như trên, để từ đó mà ông có thể giải thích thành một câu thơ chê bai cái sự "khu khu" nhỏ nhặt về việc "tựu nghĩa" của Phan Thanh Giản.

Thay vì ý nghĩa thật sự của câu, là ngợi khen hành động "thung dung tựu nghĩa" khó ai làm được của kẻ bầy tôi Phan Thanh Giản khi tự xử lấy mình.

2. Dùng Tiêu Chuẩn Sai Để So Sánh Phan Thanh Giản Với Phú Bật Và Trương Tuần: Cách Xử Trí Và Kết Quả

Nhưng có lẽ điều đáng nói nhất trong bài viết này là ông Trần Nghĩa đã cố tình sử dụng **một tiêu chuẩn sai**, rồi dùng những chi tiết lịch sử sai, để giải thích hai điển tích về Phú Bật và Trương Tuần trong hai câu luận, tức hai câu số 5 và số 6, của bài thơ; và sau cùng để kết luận rằng Nguyễn Đình Chiểu đã dùng hai điển tích này để ngấm ngầm chê bai thành tích của Phan Thanh Giản:

"Duy một điều làm cho người đọc băn khoăn là ở câu thơ thứ 5 và câu thơ thứ 6 lại nhắc tới tích Phú Bật và Trương Tuần, điểm này không ăn khớp lắm với tinh thần thông cảm, thương xót bàng bạc trong bài thơ. Vì như chúng ta biết, Phú Bật là một danh thần đời Tống. Triều Tống Nhân Tông, nước Liêu (Khiết-đan) đem quân uy hiếp bờ cõi Tống, đòi Tống cắt đất; Phú Bật phụng mệnh đi sứ, hết sức phản kháng và bày tỏ mọi lời lẽ lợi hại, kết quả đã thuyết phục được kẻ thù, làm cho Liêu phải rút quân về. Còn Trương Tuần là người đời Đường. Vào cuối triều Đường Huyền Tông, An Lộc Sơn dấy loạn, Trương Tuần giữ thành Tuy-dương cương quyết chống đánh. Giặc vây suốt mấy tháng, hết lương ăn, thành bị hãm, ông bị bắt. Trước kẻ thù, ông chửi mắng tàn tệ, giặc lấy dao bẻ răng ông rồi giết đi... Thế thì tác giả bài thơ nhắc lại sự tích oanh liệt của Phú Bật và Trương

Tuần ở đây với dụng ý gì? Để tỏ ý thông cảm, xót thương Phan Thanh Giản ư? - Không thể! Vì tuy cảnh ngộ có nhiều điểm tương đồng, nhưng **cách "xử trí" và kết quả công việc** của Phan Thanh Giản so với hai người kia khác nhau một trời một vực! Như chúng ta biết, Phan Thanh Giản (1796-1867) đỗ tiến sĩ năm 1826 (Minh Mệnh thứ 7), trải thờ ba đời vua (Minh Mệnh, Thiệu Trị, Tự Đức), làm quan đến Hiệp biện đại học sĩ. Năm 1862, được triều đình Huế cử vào Nam ký hòa ước với Pháp, rồi năm 1863 đi sứ sang Pháp để chuộc lại ba tỉnh miền Đông Nam-kỳ, nhưng kết quả không thành. Năm 1867, lại trở vào Nam làm Kinh lược sứ ba tỉnh miền Tây. Thực dân Pháp tấn công Vĩnh-long, Phan Thanh Giản đã dâng thành cho giặc rồi uống thuốc độc tự tử ... Một con người như thế, với những hành động như thế, làm sao có thể so sánh cùng Phú Bật, Trương Tuần? Vậy chỉ có thể nói Nguyễn Đình Chiểu - nếu bài thơ chữ Hán này là của cụ Đồ Chiểu - đã sử dụng hai điển tích ấy để làm nổi lên sự nhu nhược và đầu hàng của Phan Thanh Giản mà thôi!"[23]

Vậy Phú Bật và Trương Tuần là người như thế nào, và công trạng của họ ra sao, mà ông Trần Nghĩa cho là **cách xử trí và kết quả công việc** khác với Phan Thanh Giản "một trời một vực", và vì vậy cho nên người đọc cần phải thấy rằng Nguyễn Đình Chiểu đã cố ý dùng hai điển tích này để cho thấy sự nhu nhược của Phan Thanh Giản?

Phú Bật là một vị quan văn lớn dưới triều Tống Nhân Tông và

---

[23] Ibid, những chữ in đậm là do người viết nhấn mạnh.

được lịch sử biết đến nhiều nhờ công lao đi sứ qua nước Liêu (Khiết Đan) để điều đình về việc nhà Tống phải triều cống nhà Liêu, cũng như việc Liêu đòi đất Tống. Ông cũng là một vị quan có tiếng nói thẳng và từng can gián Tống Nhân Tông nhiều việc. Tuy vậy, công việc đi sứ thương thuyết của ông lại được biết đến vì vấn đề "Trọng Hi tăng tệ" vào năm 1042. Theo *Tục Tư Trị Thông Giám*, trong năm này nhà Liêu đem quân đe dọa nhà Tống ở biên cương để yêu sách đòi thêm số tiền lụa mà nhà Tống phải cống nạp hàng năm cho nhà Liêu. Triều đình nhà Tống mấy lần phải cử Phú Bật đi thương thuyết với nhà Liêu vì không ai khác dám đi. Sau cùng, nhà Tống giữ được đất, nhưng phải tăng số tiền cống nạp hàng năm lên thành 20 vạn lạng bạc và 20 vạn tấm lụa. Phú Bật không chịu gọi đó là "nạp", nhưng cuối cùng triều đình nhà Tống vẫn phải chấp nhận chữ này. Hòa nghị năm 1042, do đó, được gọi là "Trọng Hi tăng tệ" theo niên hiệu của vua Liêu Nhân Tông, và kết quả việc phải tăng tiền cống nạp.[24]

Do đó, nếu xét theo tiêu chuẩn mà ông Trần Nghĩa đã tự chọn là cách xử trí và kết quả, thì việc đi sứ thương thuyết của Phú Bật có thể nói là thua xa việc ký kết và thực hiện hòa ước 1862 của Phan Thanh Giản. Như đã nói, qua hòa ước này Phan Thanh Giản đã thương thuyết để có thể đòi lại tỉnh thành Vĩnh Long

---

[24] Trọng Hi Tăng Tệ, mục 2.3.2
https://vi.wikipedia.org/wiki/T%E1%BB%91ng_Nh%C3%A2n_T%C3%B4ng

lúc đó đã bị chiếm bởi Pháp; và quan trọng hơn hết, để triều đình nhà Nguyễn rảnh tay đối phó với cuộc nổi loạn của Lê Duy Phụng ở Bắc Kỳ.

Trong khi đó, Phú Bật được cử đi sứ nước Liêu khi nước này đang suy yếu; muốn thêm tiền và muốn chiếm đất Tống nhưng lại không muốn dùng quân nên chỉ hăm dọa ở biên thùy mà thôi. Và Phú Bật dù đã mấy lần đi sứ để thương thuyết nhưng rốt cuộc thì phải chịu tăng thêm số tiền lụa mà nhà Tống phải hiến cho Liêu để được yên ổn. Thậm chí ngay cả việc gọi tên số tiền lụa đó là gì thì Phú Bật dù cho cố cãi nhưng cuối cùng nhà Tống cũng phải chịu là "nạp". Có nghĩa là sự cực nhọc lao lực của Phú Bật chẳng có kết quả gì hết. Và nghĩa là nếu so sánh công trạng thì Phú Bật đúng là không thể so sánh được với Phan Thanh Giản, nhưng là hướng ngược lại, chứ không phải như ông Trần Nghĩa nghĩ.

Tuy nhiên, điều cần nói ở đây là cái tiêu chuẩn "cách xử trí và kết quả công việc" của ông Trần Nghĩa hoàn toàn sai. Bởi theo chính câu thơ *Bỉnh tiết tằng lao sanh Phú Bật* nói trên, điều mà Nguyễn Đình Chiểu muốn nói và so sánh là công việc lao lực cầm cờ đi sứ và lòng trung nghĩa dám đi điều đình một vấn đề khó khăn nguy hiểm thấy thua trước mắt, của cả hai văn thần Phú Bật và Phan Thanh Giản.

Ở đây tưởng cũng nên biết rằng hai chữ "bỉnh tiết" trong câu thơ có thể hiểu theo hai nghĩa. Nghĩa thứ nhất là "cầm cờ tiết", tức đi sứ. Nhưng nghĩa thứ hai là "giữ tiết" (tháo) thì mới đối xứng với chữ "tận trung" trong câu sau. Và như vậy, Nguyễn Đình Chiểu đã ghi nhận và so sánh Phan Thanh Giản với Phú Bật ở hai điểm: **"tằng lao"** tức từng cực nhọc đi sứ, và **"bỉnh tiết"** tức giữ gìn tiết nghĩa.[25]

Tức là theo ý nghĩa của chính câu thơ trên thì Nguyễn Đình Chiểu đã so sánh cả hai nhân vật Phú Bật và Phan Thanh Giản qua tiêu chuẩn giữ gìn tiết tháo và lao lực đi sứ của hai vị văn thần này, trong hoàn cảnh nước nhà vô cùng yếu đuối khó khăn. Chứ hoàn toàn không phải để đem so sánh "cách xử trí và kết quả" như ông Trần Nghĩa tự chọn. Bởi như đã nói, nếu đem so sánh kết quả thì Phan Thanh Giản đã đem lại nhiều thắng lợi hơn Phú Bật, và Nguyễn Đình Chiểu, một người lúc đó đang ở tại Ba Tri thuộc tỉnh Vĩnh Long, chắc chắn phải biết điều này hơn ai hết.

Thế nhưng ông Trần Nghĩa đã lợi dụng việc ít người hiểu biết về lịch sử Trung Quốc và nhất là về một nhân vật không nổi tiếng lắm, để mập mờ nói rằng Phú Bật đã "bày tỏ mọi lời lẽ lợi hại, kết quả đã thuyết phục được kẻ thù, làm cho Liêu phải rút quân về", mà không hề cho biết sự thực về vụ "Trọng Hi tăng

---

[25] Trong các câu thơ của Nguyễn Đình Chiểu, và đặc biệt là một câu thơ về Phan Thanh Giản trong bài Điếu Phan Tòng, Nguyễn Đình Chiểu đã dùng chữ "ôm tiết" để nói về Phan Thanh Giản, mà người viết sẽ nói đến trong phần sau.

tệ" như trên. Hơn nữa, vì đã chọn đi theo định hướng cho là Phan Thanh Giản "đầu hàng, bán nước" của tờ *Nghiên Cứu Lịch Sử* ngay từ đầu, nên ông Trần Nghĩa mới cho rằng Phan Thanh Giản khác Phú Bật "một trời một vực".

Nhưng vẫn chưa hết, nếu trong câu trước, "bỉnh tiết" và "tằng lao" còn có thể hơi khó hiểu với người đọc bình thường không biết nhiều về Hán Việt, thì đến câu sau khi Nguyễn Đình Chiểu đã dùng chữ "tận trung" để so sánh Phan Thanh Giản với Trương Tuần, thì rõ ràng đó là một sự khen ngợi. Chứ không thể nào nói khác hơn để cho rằng Nguyễn Đình Chiểu đã sử dụng tiêu chuẩn "cách xử trí và kết quả" nhằm phê phán Phan Thanh Giản.

Bởi cách xử trí và kết quả của Trương Tuần trong việc giữ và mất thành Tuy Dương là một thảm kịch vô tiền khoáng hậu trong lịch sử Trung Quốc.

Trương Tuần nguyên là một viên quan nhỏ đời nhà Đường. Khi An Lộc Sơn nổi loạn, ông mộ quân chống cự tại thành Ung Khâu. Trương Tuần bị vây hãm nên phải bỏ thành Ung Khâu và đến thành Tuy Dương tiếp tục chống trả. Khi trong thành hết lương, Trương Tuần giết người thiếp để lấy thịt cho quân lính ăn, rồi sau đó cho quân lính ăn thịt cả người già, trẻ con trong thành. Sau cùng, khi thành Tuy Dương bị chiếm, Trương Tuần vẫn mắng chửi giặc, giặc dùng dao cạy miệng ông ra để xem có phải ông chỉ còn mấy cái răng hay không, vì mỗi lần ra trận ông giận dữ nghiến răng tới mức gãy cả răng.[26]

Do đó, nếu nói về "cách xử trí và kết quả" thì cả hai người Trương Tuần và Phan Thanh Giản đều đạt được một điều giống như nhau, đó là cố sức giữ được thành càng lâu càng tốt để cầm chân giặc cho nhà vua rảnh tay đối phó với nơi khác. Và sự tận trung hi sinh này cuối cùng đã dẫn đến cái chết (tử) của cả hai. Nhưng Phan Thanh Giản chẳng những đạt được mục đích cầm chân Pháp ở Nam Kỳ mà còn có thể thương lượng để khấu trừ số tiền bồi thường trước khi tự tử chết; và quan trọng hơn nữa là còn tránh thương vong cho dân chúng. Trong khi đó, Trương Tuần đã giết người thân để ăn thịt, đã giết gần hết dân số cả thành Tuy Dương để ăn thịt, mà cuối cùng vẫn bị giặc bắt và giết, trong mối hận tràn trề.

Như vậy, có thể thấy rằng Trương Tuần cuối cùng đã chết theo thành như Phan Thanh Giản, đã vì sự tận trung với nhà vua của ông mà cố gắng giữ thành tới cùng. Nhưng Trương Tuần đã vì lòng tận trung này mà hy sinh cả vợ mình và cả dân chúng trong thành mà ông cho giết đi để quân lính ăn thịt. Trong khi Phan Thanh Giản thì vì không muốn cho người dân Nam Kỳ chịu thêm cảnh khổ do chiến tranh mấy năm qua nên đã cố gắng ưu tiên dùng phương sách ngoại giao để điều đình với

---

[26] https://vi.wikipedia.org/wiki/Tr%C6%B0%C6%A1ng_Tu%E1%BA%A7n

Pháp. Sau cùng, khi không giữ được thành nữa, ông vẫn thu xếp để khấu trừ số tiền gạo trong thành vào số tiền phải bồi thường, thu góp hết vũ khí và châu báu gởi về Huế rồi thung dung tự xử, vì ông cho là đã không làm tròn trách nhiệm mà nhà vua giao cho.

Do đó, nếu muốn nói về tiêu chuẩn là "cách xử trí và kết quả" thì đúng là Phan Thanh Giản có khác với Trương Tuần, nhưng là chỗ ngược lại, chứ không phải như ông Trần Nghĩa nghĩ.

Nhưng đó lại không phải là điều Nguyễn Đình Chiểu muốn so sánh, mà sự so sánh ở đây là lòng "tận trung" và mối "hận tử" của cả hai, cũng như việc "bỉnh tiết' và "tằng lao" giữa Phú Bật và Phan Thanh Giản ở câu trên.

Cần thấy rằng ở đây có một điều khác nhau giữa Trương Tuần và Phan Thanh Giản mà Nguyễn Đình Chiểu muốn nêu ra dưới dạng nghi vấn hay phủ định, và qua đó chính là để khen ngợi Phan Thanh Giản đã không phải chết hận như Trương Tuần.

Bởi sự hận thù giặc nói trên và đến mức ghê gớm như thế của Trương Tuần đã từng được Văn Thiên Tường nói đến trong Chính Khí Ca, rồi sau đó được Nguyễn Đình Chiểu đưa vào trong Ngư Tiều Vấn Đáp Y Thuật, khi ông diễn tả như thế nào là "chính" hay sự trung nghĩa:

Chính làm lỗ miệng Trương Tuần,
Tuy Dương mắng giặc tưng bừng đều kinh[27]

Nghĩa là cùng tận trung giữ thành và cùng chết theo thành, nhưng Phan Thanh Giản đã không chết với một mối "hận" thù giặc, đến mức nghiến gãy răng, đến mức giết vợ, giết dân để ăn thịt cho có sức chống giặc, để mắng chửi giặc đến phút cuối như Trương Tuần. Và vì vậy, Nguyễn Đình Chiểu đã viết là *Tận trung hà hận tử Trương Tuần*, tức là trong khi cả hai đều đã tận trung, nhưng Phan Thanh Giản thì không, hay nào phải chết với mối hận như Trương Tuần. Chữ "hà" ở đây có nghĩa là "nào có" để đối với chữ "tằng" tức "đã từng" ở câu trên. Và "tận trung" là điểm tương đồng của cả hai, nhưng Phan Thanh Giản thì lại không có cái chết hận như Trương Tuần.

Tóm lại, có thể thấy rằng qua sự so sánh với hai nhân vật lịch sử bên Tàu trong hai câu thơ trên, cần phải hiểu hai cái "nhân" của hai câu thơ là **"tiết" và "lao" trong câu số 5 cũng như "trung" và "hận" của câu số 6, để thấy được rằng đó chính là tiêu chuẩn của Nguyễn Đình Chiểu khi so sánh Phan Thanh Giản và hai nhân vật nói trên.**

Nhưng cũng như khi so sánh Phan Thanh Giản với Phú Bật, ông Trần Nghĩa đã tự chọn tiêu chuẩn "cách xử trí và kết quả" khi so sánh Phan Thanh Giản với Trương Tuần, cho dù câu thơ

---
[27] Phan Văn Hùm, Ngư Tiều Vấn Đáp Y Thuật, pp. 338-340

không hề cho thấy điều đó. Và điều oái oăm là một lần nữa nếu phải dùng tiêu chuẩn này của ông Trần Nghĩa thì ta lại càng thấy rõ thêm sự ưu việt của Phan Thanh Giản khi so với Trương Tuần.

Có thể thấy rằng trong ý đồ bóp méo lịch sử để xuyên tạc Phan Thanh Giản qua bài thơ của Nguyễn Đình Chiểu, ông Trần Nghĩa đã phải tự tạo ra tiêu chuẩn "cách xử trí và kết quả" như trên, với hy vọng là ông có thể mập mờ về lịch sử Trung Quốc để giải thích bài thơ của Nguyễn Đình Chiểu theo ý muốn của ông, là chê bai Phan Thanh Giản.

Vì như ta đã thấy thì ông Trần Nghĩa đã xác quyết rằng Phan Thanh Giản là kẻ "đầu hàng" và "bán nước", do đó một nhà thơ "yêu nước" như Nguyễn Đình Chiểu thì không thể khen ngợi Phan Thanh Giản được. Và do đó, ông Trần Nghĩa cần phải tìm cách để chứng minh ngược lại, là Nguyễn Đình Chiểu đã chê trách Phan Thanh Giản.

Nhưng rõ ràng là với bài thơ điếu Phan Thanh Giản bằng chữ Nôm của Nguyễn Đình Chiểu thì ông Trần Nghĩa không thể giải thích khác được. Do đó, ông phải sử dụng bài thơ chữ Hán, và khởi đầu với việc nêu ra nghi vấn về hai câu số 5 và số 6 trong bài thơ chữ Hán. Ông đã lợi dụng sự thiếu hiểu biết về sử Tàu của người Việt, cộng thêm sự xuyên tạc lịch sử của ông, để chứng minh rằng Nguyễn Đình Chiểu đã chê trách chứ không phải khen ngợi Phan Thanh Giản.

Rồi sau đó thì ông Trần Nghĩa mới chọn những chữ trong phiên bản của bà Mai Huỳnh Hoa năm 1935 hợp với ý ông nhất, để từ đó mà giải thích rằng "cả bài thơ" là chê trách Phan Thanh Giản. Ông đã dựa trên những chữ không bao giờ xuất hiện trong các phiên bản khác như "khu khu" để diễn dịch ra là sự "tựu nghĩa" nhỏ nhặt của Phan Thanh Giản. Và ông lợi dụng cả lỗi ấn loát trong bài báo để gán cho Nguyễn Đình Chiểu việc lên án hành động tự tử "trốn trách nhiệm" của Phan Thanh Giản.

Nhưng ít ra thì ông Trần Nghĩa đã không "mượn" ý của người khác để nhận làm của mình như ông Trần Khuê, mặc dù cả hai đều có cùng một mục đích là phải giải thích sao cho hai bài thơ của Nguyễn Đình Chiểu biến thành những lời chê trách Phan Thanh Giản.

Bởi vì năm 1994 thì ông Trần Khuê, cũng là một chuyên gia từ Viện Hán Nôm như ông Trần Nghĩa, đã cho đăng bài viết sau đây, với chủ đề là hai bài thơ của Nguyễn Đình Chiểu điếu Phan Thanh Giản. Và ông Trần Khuê đã sử dụng một thắc mắc của ông Lê Thọ Xuân về câu *Minh tinh chín chữ lòng son tạc* để biến hóa thành một câu nhục mạ Phan Thanh Giản.

B. TRẦN KHUÊ:

"Tìm Hiểu Hai Bài Thơ Điếu Phan Thanh Giản Của Nguyễn Đình Chiểu" - Tạp Chí Nghiên Cứu Lịch Sử Số 275, 1994

Như vậy, trong bài viết vào năm 1972 ông Trần Nghĩa đã sử dụng bài thơ điếu Phan Thanh Giản bằng chữ Hán để giải thích theo ý nghĩa chê trách, vì theo ông thì bài thơ chữ Nôm có ý khen tặng Phan Thanh Giản. Nhưng cũng từ đó, ông đã gợi ý cho những người đi sau rằng liệu bài thơ Nôm có phải cũng có ý chê trách như vậy hay không, và có thể giải thích như ông đã làm với bài thơ chữ Hán hay không:

"... tư tưởng chủ đạo của bài thơ sẽ là lên án hành vì đầu hàng, bán nước và cái chết trốn trách nhiệm của Phan Thanh Giản. Điều đó liệu có thể xảy ra đối với Nguyễn đình Chiểu, đồng thời là tác giả của bài thơ Nôm "Non nước tan tành hệ bởi đâu ..." hay không, vấn đề còn phải được tiếp tục nghiên cứu".

Đáp lời kêu gọi của ông Trần Nghĩa, một tác giả khác cũng xuất thân từ Viện Hán Nôm là ông Trần Khuê đã làm theo sự gợi ý này của ông Trần Nghĩa với bài viết "Tìm Hiểu Hai Bài Thơ Điếu Phan Thanh Giản Của Nguyễn Đình Chiểu" trên tờ *Nghiên Cứu Lịch Sử*, số 4(275) (tháng 7&8, 1994) vào năm 1994. Cũng như ông Trần Nghĩa, mục đích chính trong bài viết này của ông Trần

Khuê là để chứng minh rằng Nguyễn Đình Chiểu đã lên án chứ không phải khen ngợi Phan Thanh Giản qua hai bài thơ điếu. Do đó, ông Trần Khuê đã dẫn ra tất cả những "tư liệu lịch sử" mà ông có được để lên án Phan Thanh Giản trong bài viết, như câu "Phan Lâm mãi quốc, triều đình khí dân" của ông Trần Huy Liệu, như đoạn sử bịa đặt của Phan Bội Châu trong Việt Nam Vong Quốc Sử với mục đích hạ nhục Phan Thanh Giản.[28]

Tuy vậy, điểm nổi bật nhất trong bài viết của ông Trần Khuê là vấn đề mà ông nêu ra về câu thơ số 7 trong bài thơ Nôm điếu Phan Thanh Giản của Nguyễn Đình Chiểu, câu *Minh tinh chín chữ lòng son tạc*. Theo đó, ông Trần Khuê đã vận dụng cái mà ông gọi là "quy ước của người xưa" khi viết minh tinh[29], để cho rằng Nguyễn Đình Chiểu đã cố tình viết câu thơ này thành "chín" chữ thay vì "mười một" chữ, để mắng xéo Phan Thanh Giản là chết đi thì chỉ có thành quỷ.

Dưới đây là một đoạn trích trong bài viết nói trên của ông Trần Khuê, liên quan đến vấn đề "minh tinh chín chữ" như sau:

... Từ lâu nay có nhiều người nghiên cứu đã bênh vực Phan, nhưng họ lại không lên án Tự Đức, đồng thời họ cũng chỉ bảo

---

[28] Để biết rõ thêm về hai điều trên, xin đọc *Phan Thanh Giản Và Vụ Án "Phan Lâm Mãi Quốc, Triều Đình Khí Dân"* của Winston Phan Đào Nguyên, NXB Nhân Ảnh 2021.
[29] Người Nam Kỳ gọi là minh "sanh", như có thể thấy trong phiên bản của Phan Văn Hùm. Nhưng vì ông Trần Khuê gọi là minh "tinh", nên người viết cũng sẽ dùng minh tinh để khỏi gây lẫn lộn.

chữa cho Phan bằng phẩm chất cá nhân của ông và 2 bài thơ điếu ông của Nguyễn Đình Chiểu. Họ khẳng định Phan là người yêu nước với cái lập luận đại khái là: nếu Phan không phải là người yêu nước thì lẽ nào nhà thơ yêu nước Nguyễn Đình Chiểu lại làm tới 2 bài thơ điếu để tỏ lòng thương tiếc và ca ngợi Phan. Như thế là cứ đem người yêu nước nọ để làm bảo chứng cho người yêu nước kia, còn nội dung của 2 bài thơ này ra sao thì họ lại ít quan tâm hoặc giải thích ý thơ một cách nhầm lẫn, sai lạc.

Chẳng hạn, đối với hai câu luận trong bài thơ điếu Phan bằng chữ Hán của Nguyễn Đình Chiểu:

"Bỉnh tiết tần lao sinh Phú Bật
Tận trung hà hận tử Trương Tuần"

Thì Nguyễn Duy Oanh, tác giả cuốn "Chân dung Phan thanh Giản" (tủ sách Sử học, Bộ Văn Hóa-Giáo dục và Thanh niên, Sài Gòn, 1974, tr. 281) chú thích là Phú Bật làm quan đời Tống, Trương Tuần làm quan đời Đường. Hai ông này đều là người trung nghĩa!" Tác giả chú thích sơ sài như vậy chẳng những không giúp cho người đọc hiểu cụ thể và đầy đủ về Phú Bật và Trương Tuần, mà lại khiến cho người đọc tưởng lầm rằng Nguyễn Đình Chiểu nêu lên 2 điển tích này nhằm so sánh và ca tụng Phan Thanh Giản. Thực ra Nguyễn Đình Chiểu dùng 2 điển tích này nhằm nói rằng Phú Bật ở đời Tống được vua cử đi sứ, ông đã thuyết phục được giặc Khiết Đan và lấy lại được đất cho nhà Tống, còn Phan Thanh Giản được cử đi sứ sang Pháp, nhưng ông lại ký hòa ước Nhâm tuất (1862) với Pháp và đã làm mất đứt 3 tỉnh miền Đông Nam Kỳ cho giặc. Trương Tuần ở đời Đường giữ thành chống An Lộc Sơn, ông đã chiến đấu đến cùng, thành vỡ, sa vào tay giặc, ông không chịu khuất phục đầu hàng, bị giặc giết và đã chết theo thành. Còn Phan Thanh Giản coi giữ thành Vĩnh Long, ông không những đã không tổ chức chiến đấu, còn giao nộp thành cho giặc Pháp. Hơn nữa, Phan đã nhân danh là Kinh lược sứ 3 tỉnh miền Tây hạ lệnh cho 2 viên Tổng đốc An Giang và Hà tiên cùng phải "bẻ gãy dáo và gươm, giao nộp thành trì, khỏi chống lại". Rõ ràng là cụ Đồ Chiểu đã dùng 2 điển tích này trong bài thơ điếu Phan bằng chữ Hán của cụ nhằm chê trách Phan, chứ đâu phải để ca tụng Phan.

Vừa qua, đọc bài "Thử tìm hiểu thêm hai bài thơ của Nguyễn Đình Chiểu điếu Phan thanh Giản" (Văn Nghệ TPHCM, số 604, 22/9/1989), tôi rất mừng thấy tác giả Hòa Lạc đã hiểu đúng gần trọn ý thơ của cụ Đồ Chiểu. Ông đã cắt nghĩa từng dòng khá tỉ mỉ, chu đáo. Đáng tiếc, Hòa Lạc đã bỏ sót một ý thơ khá quan trọng của cụ Đồ Chiểu, nên tôi xin mạn phép nói thêm cho đủ. Về hai câu kết trong bài thơ điếu Phan bằng chữ Nôm của cụ Đồ Chiểu như sau:

"Minh tinh chín chữ lòng son tạc
Trời đất từ đây mặc gió thu".

Ông Hòa Lạc đã viết: "Trước khi mất, Phan Thanh Giản dặn các con đừng dựng minh tinh, nếu dựng thì chỉ được viết: "Đại Nam hải nhai lão thư sinh tính Phan chi cữu" (Quan tài của người thư sinh già họ Phan ở nơi bãi biển nước Đại Nam). Trong 11 chữ (Hán) ấy thì "lão thư sinh" là chủ thể; "lòng son" là một lời khen, nhưng khen Phan trong tư cách là "lão thư sinh". Có một chi tiết đáng chú ý là minh tinh, theo lời trối của Phan có mười một chữ, nhưng Nguyễn Đình Chiểu thì lại viết: "minh tinh chín chữ". Mặc nhiên cụ Đồ Chiểu cắt bớt đi hai chữ. Hai chữ nào đây? Xem qua, xét lại tôi chỉ thấy hai chữ "Đại Nam" là có thể cắt và đáng cắt. Vì lúc ấy toàn bộ sáu tỉnh Nam Kỳ, kể cả bãi biển quê hương của Phan đã là lãnh thổ của Đại Pháp rồi, chứ còn đâu là của Đại Nam nữa".

Giải thích chừng đó, tôi ngờ rằng tác giả Hòa Lạc còn có điều chưa hiểu trúng cái ý sâu xa của cụ Đồ Chiểu. Vì nếu quả thực là cụ Đồ Chiểu muốn cắt hai chữ "Đại Nam" thì tại sao Cụ không cắt luôn thể hai chữ "hãi nhai", vì theo Hòa Lạc thì "kể cả bãi biển (hải nhai) quê hương của Phan" cũng đã mất cơ mà. Theo lôgic đó thì cụ Đồ Chiểu phải nói là "minh tinh bảy chữ" mới thỏa đáng. Vậy cụ Đồ Chiểu nói "chín chữ" là hàm ý gì? Theo tôi, đây không phải là vấn đề cắt chữ mà chính là một kiểu chơi chữ cực kỳ thâm thúy.

Cần nhắc lại nguyên văn lời trối của Phan với thân quyến của ông như sau: Minh sinh thỉnh tỉnh, nhược vô, ưng thư: "Đại Nam hải nhai lão thư sinh tính Phan chi cửu", diệc dĩ thử (xin giảm bỏ tấm triệu, nếu không nên đề: "Quan tài của người thư sinh già họ Phan ở nơi bãi biển nước Đại Nam" cũng lấy câu này ghi ở mộ).

Vấn đề đáng chú ý là tại sao Phan lại dặn con cháu ông ghi mười một chữ, chứ không phải là mười chữ hay chín chữ?

Ở đây có vấn đề **quy ước của người xưa**. Theo tục lệ, khi viết minh tinh hoặc đề bia mộ, người ta bắt buộc phải chú ý đến bốn chữ Quỷ, Khốc, Linh, Thính, và phải tôn trọng quy tắc: "Nam linh, nữ thính, bất dụng quỷ khốc nhị tự". Nghĩa là khi viết minh tinh cho người chết là đàn ông thì người ta phải dừng ở chữ Linh, còn viết cho người chết là đàn bà thì người ta phải dừng ở chữ Thính, không được dùng hai chữ Quỷ và Khốc. Như thế để khỏi sái, tránh tổn hại cho con cháu. Vậy đối chiếu với quy tắc trên thì mười một chữ của Phan đã dừng đúng ở chữ **Linh**.

Quỷ 1 Đại | Khốc 2 Nam | Linh 3 Hải | Thính 4 Nhai | Quỷ 5 Lão | Khốc 6 Thư | Linh 7 Sinh | Thính 8 Tính | Quỷ 9 Phan | Khốc 10 Chi | Linh 11 Cửu/Mộ[30]

Theo sơ đồ trên, đối với người chết là người đàn ông, người ta chỉ có thể đề ở minh tinh của người ấy hoặc 3 chữ, hoặc 7 chữ, hoặc 11 chữ, hoặc 15 chữ ..., không thể làm khác đi. Sau này

---

[30] Xin coi bảng vẽ của tác giả trong bài viết mà người viết kèm theo hình chụp ở dưới. Tại đây, người viết chỉ chép lại để cho thấy cách tác giả xếp đặt theo thứ tự từ trên xuống, là: Quỷ Khốc Linh Thính, số, chữ.

người nhà của Phan đã đề ở mộ Phan 7 chữ "**Lương khê Phan lão nông chi mộ**" cũng là đúng quy tắc. (Tôi chưa rõ vì lẽ gì mà con cháu của Phan đã không làm đúng theo lời trối của Phan).

Không thể nghi ngờ một vị **túc nho** như Nguyễn Đình Chiểu lại không am tường **những quy tắc loại này**. Và như nhiều nhà nho đương thời, hẳn cụ Đồ Chiểu cũng từng nghe biết lời di chúc của Phan. Vậy mà Cụ vẫn cứ hạ trong bài thơ điếu của Cụ mấy chữ thiệt tình quái ác: "minh tinh chín chữ", không phải là mười một chữ đã đành, mà cũng chẳng phải là bảy chữ. Cụ Đồ Chiểu đã nhầm lẫn chăng? Chắc chắn là Cụ không thể có sự nhầm lẫn hết sức hệ trọng như thế.

Đã hạ "chín chữ", nghĩa là Cụ đã dừng lại ở một chữ tối kỵ: chữ **Quỷ**, vậy mấy chữ "**lòng son tạc**" còn có nghĩa gì? Ca tụng hay mỉa mai?

Muốn minh xác điều này, chúng ta lại phải xét tới một liên văn bản, nghĩa là những bài thơ điếu khác của cùng tác giả, nhất là bài thơ điếu bằng chữ Hán. Điếu Anh hùng Trương Định, cụ Đồ Chiểu đã khóc một thôi thập nhị thủ (12 bài thơ Nôm), khóc anh hùng Phan Tông (sic), Cụ cũng có tới 10 bài thơ Nôm. Nhưng với Phan, cụ chỉ có một bài thơ Nôm mà thôi. Về số lượng, tại sao lại sụt một cách dữ dội như thế? Lại kèm thêm một bài thơ chữ Hán? Cho tăng phần trân trọng chăng? Hẳn là không phải! Vì nếu dùng bài thơ chữ Hán cho tăng thêm phần trân trọng thì tiếc gì mà cụ Đồ Chiểu lại không thêm vài bài thơ chữ Hán cho những bậc anh hùng đáng trân trọng kia? Vậy điếu Phan thêm một bài thơ bằng chữ Hán, cụ Đồ Chiểu nhằm mục đích gì? Trong hai câu luận của bài thơ chữ Hán, cụ Đồ Chiểu đã nhắc đến chuyện Phú Bật và Trương Tuần là nhằm phê phán Phan một cách kín đáo, thì đã rõ rồi. Vậy cụ còn có ý tứ gì nữa không? Tôi thấy cần phải chú ý thêm hai câu kết trong bài thơ chữ Hán này như sau:

"Hữu thiên lục tỉnh tồn vong sự
Nan đắc thung dung tựu nghĩa thần"

(Việc còn mất của sáu tỉnh, còn có trời. (Nhưng ông) muốn ung dung làm thần tựu nghĩa, thật khó vậy thay!)

Theo tôi hiểu, có lẽ đây là lý do chính mà cụ Đồ Chiểu thấy cần phải có thêm bài thơ điếu Phan bằng chữ Hán. Bên bài thơ chữ Nôm, tác giả hạ "minh tinh chín chữ", nghĩa là dừng ở chữ **Quỷ**, còn bên bài thơ chữ Hán, tác giả nói trắng là Phan không thể làm **Thần** được. Chữ nghĩa của cụ Đồ Chiểu quả thật là đáng sợ! Nhưng hình như cụ Đồ Chiểu vẫn có ý lo ngại? Và phải chăng lo hậu thế không hiểu đầy đủ cái ý thâm thúy của Cụ đã thác ngụ kín đáo trong bài thơ Nôm nên cụ Đồ Chiểu bất đắc dĩ phải gia công thêm một bài thơ chữ Hán? Có thể nói cụ Đồ Chiểu đã quá cẩn thận và chu đáo vậy thay!

Như thế là nếu phân tích kỹ chữ nghĩa, dụng ý của điển cố và nhất là những tứ thơ nằm trong một hệ thống liên văn bản, chúng ta có cơ sở để khẳng định rằng "điếu Phan công nhị thủ" của Nguyễn Đình Chiểu không phải là hai bài thơ nhằm khóc thương và ca tụng Phan Thanh Giản mà chính là tác giả nhằm chê trách, phê phán Phan. Nguyễn Đình Chiểu không hề nhầm lẫn, không hề tự mâu thuẫn, trước sau Cụ vẫn hết sức nhất quán với lập trường yêu nước của mình. Cũng không có ngoại lệ trong chuyện này. Do đó, chúng ta không thể dùng hai bài thơ hết sức thâm thúy này của Nguyễn Đình Chiểu để bênh vực cho Phan Thanh Giản.[31]

Có thể thấy rằng ông Trần Khuê đã sử dụng chính luận điệu của ông Trần Nghĩa trong bài viết vào năm 1972, khi ông giải thích giống hệt như ông Trần Nghĩa về hai câu số 5 và 6 của bài thơ chữ Hán. Tức là ông cho rằng Nguyễn Đình Chiểu đã sử dụng hai điển tích về Phú Bật và Trương Tuần để phê phán chứ không phải khen ngợi Phan Thanh Giản, khi ông so sánh kết quả giống như ông Trần Nghĩa. Nhưng trong khi ông Trần Nghĩa còn có chút tôn trọng sự thật lịch sử về hai nhân vật này thì ông Trần Khuê lại không làm điều đó, mà gán luôn cho Phú Bật công trạng "lấy lại được đất cho nhà Tống". Mà như người viết đã dẫn ra ở trên, Phú Bật chỉ điều đình cho nhà Tống khỏi bị cắt đất, nhưng lại phải trả thêm tiền và lụa, và trong khi quân

---

[31] Trần Khuê, "**Tìm Hiểu Hai Bài Thơ Điếu Phan Thanh Giản Của Nguyễn Đình Chiểu**", *Tạp Chí Nghiên Cứu Lịch Sử*, Số 275, 1994. Những chữ in đậm là do người viết muốn nhấn mạnh.

Liêu chỉ mới vừa đe dọa ở biên giới mà thôi. Điều này cho thấy ông Trần Khuê đã chẳng những sử dụng lý luận sai lầm của ông Trần Nghĩa, mà còn chế tạo ra chi tiết cho thêm phần thuyết phục.

Nhưng đó không phải là lần duy nhất mà ông Trần Khuê đã "mượn" hay cầm nhầm ý tưởng của người khác. Bởi vấn đề nổi bật nhất đã được ông Trần Khuê đưa ra trong bài viết này về câu *Minh tinh chín chữ lòng son tạc* cũng là một sự chiếm đoạt ý tưởng của người khác, ông Lê Thọ Xuân. Và vấn đề này mãi đến tận bây giờ vẫn được những người lên án Phan Thanh Giản đem ra sử dụng mỗi khi viết về Phan Thanh Giản: là Nguyễn Đình Chiểu đã chửi xéo Phan Thanh Giản rằng chết đi thì sẽ thành "quỷ", khi ông viết câu *Minh tinh chín chữ lòng son tạc* trong bài thơ chữ Nôm.

1. Lấy Một Thắc Mắc Về "Lễ" Của Lê Thọ Xuân Để Biến Thành Một "Khám Phá" Của Mình Là Nguyễn Đình Chiểu Đã Cố Tình Viết "Chín Chữ" Để Mắng Phan Thanh Giản Là "Quỷ"

Nhưng sự thật là ông Trần Khuê không phải đã tự mình nghĩ ra được vấn đề này, mà ông đã khéo léo "mượn" một thắc mắc của ông Lê Thọ Xuân vào năm 1944 trên tờ *Tri Tân* về câu thơ *Minh tinh chín chữ lòng son tạc* trong bài thơ chữ Nôm của Nguyễn

Đình Chiểu điếu Phan Thanh Giản nói trên, rồi ông bẻ cong sự thắc mắc đó đi để cả quyết rằng Nguyễn Đình Chiểu đã cố tình dùng "chín chữ" trong câu thơ nhằm ngụ ý mắng xéo Phan Thanh Giản là chết đi sẽ thành "quỷ".

Điều cần nói là ông Trần Khuê lại không bao giờ dẫn nguồn là bài viết nói trên của ông Lê Thọ Xuân trong tờ *Tri Tân* vào năm 1944. Và đó là vì ông Trần Khuê đã làm một việc **không có lương thiện trí thức**: ông sử dụng chủ ý thắc mắc của ông Lê Thọ Xuân về vấn đề nghi lễ tang ma, nhưng lại trình bày như là Nguyễn Đình Chiểu đã cố tình dùng "chín chữ" trong câu thơ số 7 để biến cả bài thơ mà Nguyễn Đình Chiểu khen ngợi Phan Thanh Giả thành một lời châm biếm.

Vậy trước khi xét đến lý luận và thủ thuật của ông Trần Khuê trong việc cố tình cầm nhầm và sử dụng sự thắc mắc của ông Lê Thọ Xuân ra sao, xin hãy đọc đoạn văn dưới đây trong bài viết "Từ Minh Tinh Của Phan-Lương-Khê Đến Thần Chủ Của Bùi-hữu-Nghĩa" của ông Lê Thọ Xuân, đăng trên tờ *Tri Tân Tạp Chí* vào năm 1944. Trong bài viết này, tác giả Lê Thọ Xuân cho thấy rằng ông chính là người đầu tiên nêu lên vấn đề về câu thơ *Minh tinh chín chữ lòng son tạc* đó.

Ông Lê Thọ Xuân, tên thật Lê Văn Phúc, là một nhà nghiên cứu uy tín và đã đưa ra nhiều tài liệu chính xác về Phan Thanh Giản, do ông là người địa phương và có quen biết lớn với cả hai gia đình Phan Thanh Giản và Nguyễn Đình Chiểu. Do sự quen biết này, ông Lê Thọ Xuân là người đầu tiên đã đưa ra phiên bản đúng nhất của hai bài thơ, mà ông lấy từ ông Nguyễn Đình Chiêm, khi ông cho đăng bài viết về "danh nhơn Nam Kỳ Nguyễn Đình Chiểu" trên tờ *Đồng Nai* vào năm 1933. Ngoài ra, ông Lê Thọ Xuân còn tiếp tục cho đăng nhiều bài khác trên tạp chí *Tri Tân* về Phan Thanh Giản sau đó.

Ông Lê Thọ Xuân còn là đồng tác giả một cuốn sách rất giá trị về Phan Thanh Giản bằng tiếng Pháp là cuốn *Phan-Thanh-Gian, 1796-1867, et sa famille d'après quelques documents annamites.*[32] Trong cuốn sách này, ông cho in lại nhiều tài liệu rất quí, như mảnh hoa tiên mà Phan Thanh Giản để lại về việc viết minh tinh, cũng như bài thơ trường thiên của Phạm Phú Thứ điếu Phan Thanh Giản.

Và dưới đây là đoạn trích bài viết nói trên, "Từ Minh Tinh Của Phan-Lương-Khê Đến Thần Chủ Của Bùi-hữu-Nghĩa" của ông Lê Thọ Xuân, đăng trên tờ *Tri Tân Tạp Chí* năm 1944:

"Nghe Phan-thanh-Giản tuẫn tiết, Nguyễn-đình-Chiểu có làm bài thơ điếu "Non nước tan tành hệ bởi đâu!" mà nhiều người lầm tưởng là của Phan làm lúc sắp từ giã cõi trần. Câu 7 của bài nầy "Minh sanh (tinh) chín chữ lòng son tạc" làm tôi suy nghĩ mãi, vì

---

[32]Pierre Daudin & Le Van Phuc. *"Phan-Thanh-Gian, 1796-1867, et sa famille d'après quelques documents annamites"*. Saigon, Imprimerie de l'Union, 1941.

minh tinh mà chín chữ thì **chẳng hợp lễ** chút nào, nhứt là Phan-thanh-Giản hay Nguyễn-đình-Chiểu **thà chết chớ không chịu trái lễ.**

Đánh lòng triệu (minh-tinh), người ta dùng bốn chữ "quỉ, khốc, linh, thính" và thế nào cho chữ chót là chữ linh nếu người qua đời là đờn ông, hay chữ thính nếu người qua đời là đờn bà.

Chín chữ trong lòng tấm triệu của Phan-thanh-Giản mà người đời thường nhắc là "Hải-nhai lão thơ sanh tánh Phan chi cữu". Ta thử đánh:

1 Hải Quỉ | 2 Nhai Khốc | 3 Lão Linh | 4 Thơ Thính | 5 Sanh Q. | 6 Tánh K. | 7 Phan L. | 8 Chi T. | 9 Cữu Q.

Thế là nhằm chữ Quỉ, chữ kỵ vì "bất dụng quỉ, khốc nhị tự". Ngót mươi năm tìm tòi, một hôm tôi may mắn được anh Phan thanh Hoài, người giữ nhà thờ cụ Phan tại Bảo thạnh (Batri), cho coi rương tờ giấy chữ hán mà từ trước tới giờ anh giữ kín. Rất nhiều tài liệu mà một phần lớn đã đem trình trong quyển "Phan thanh Giản et sa famille" xuất bản trong năm 1941. Trong mớ tài liệu quí hóa nầy có hai vật làm tôi vui mừng vô hạn là bài trường thiên của Phạm-phú-Thứ khóc Phan thanh Giản và mấy lời trối của cụ Phan viết trên mảnh hoa tiên với nét chữ run run, nhứt là cái nhấn chữ chi, cái ngang dưới chữ cưu và hai chữ chi mộ ngã xiên, chứng tỏ lúc hơi tàn lực kiệt. Ai thấy qua tưởng chữ mà lòng chẳng bất giác cũng như nét chữ mà run-run!

Theo lời dặn trong tờ nầy thì lòng minh tinh không phải là chín chữ vì ở trên có thêm hai chữ Đại Nam. Vậy là mười một chữ thành:

1 Đại Q. | 2 Nam K. | 3 Hải L. | 4 Nhai T. | 5 Lão Q. | 6 Thơ K. | 7 Sanh L. | 8 Tánh T. | 9 Phan Q. | 10 Chi K. | 11 Cửu L.[33]

Chữ chót đúng vào chữ Linh, rất hợp lẽ.

Và trọn di chúc của cụ Phan vẻn-vẹn có những chữ này:

...

"Minh-tinh thỉnh tỉnh, nhược vô, ưng thư:
Đại Nam hải nhai lão thử sanh tánh Phan chi cửu diệc dĩ thử chi mộ"

Và dịch là:

"Xin giảm (bỏ) tấm triệu đi, bằng không (nỡ bỏ hay chịu bỏ), (thì chỉ) nên viết:

---

[33] Một lần nữa, xin coi bảng vẽ của tác giả trong bài viết mà người viết kèm theo trong hình chụp dưới đây để so sánh với bảng vẽ của ông Trần Khuê. Người viết chép lại để cho thấy cách tác giả xếp đặt theo thứ tự từ trên xuống, là: số, chữ, Quỷ Khốc Linh Thính

"Đại Nam hải nhai lão thơ sanh tánh Phan chi cữu, (và) cũng lấy mấy chữ nầy mà đề ở mộ bi (bia)"
Minh-tinh thỉnh tỉnh! Xin bỏ tấm triệu đi! Đọc xong và hiểu rõ mấy chữ ấy, các bạn có cầm được chăng giọt nước mắt khóc cổ-nhân? ..."[34]

Dưới đây là hình chụp của mảnh hoa tiên có "lời trối" nói trên của Phan Thanh Giản mà ông Lê Thọ Xuân đã cho đăng trong cuốn *Phan-Thanh-Gian, 1796-1867, et sa famille d'après quelques documents annamites*

---

[34] Lê Thọ Xuân, Từ Minh Tinh Của Phan-Lương-Khê Đến Thần Chủ Của Bùi-Hữu-Nghĩa, *Tri Tân* số 172, 12/1944, pp. 10-11. Những chữ in đậm là do người viết nhấn mạnh.

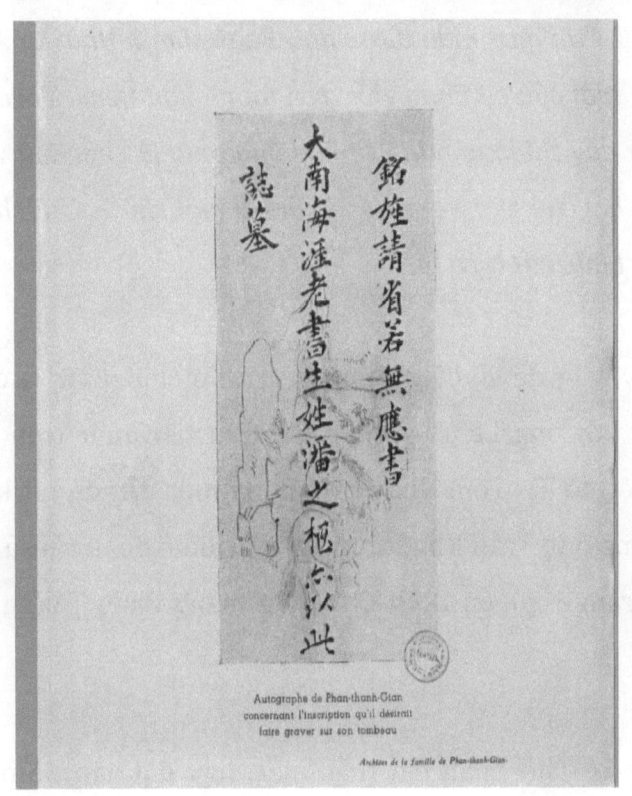

Autographe de Phan-thanh-Gian concernant l'inscription qu'il désirait faire graver sur son tombeau

Archives de la famille de Phan-thanh-Gian

Như vậy, trong bài viết này, ông Lê Thọ Xuân đã nêu lên một thắc mắc về lá minh tinh; và sau đó ngụ ý cho rằng đã tìm ra được câu trả lời.

a) Thắc Mắc Của Ông Lê Thọ Xuân

Thắc mắc là *"minh tinh mà chín chữ thì chẳng hợp lễ chút nào, nhứt là Phan-thanh-Giản hay Nguyễn-đình-Chiểu thà chết chớ không chịu trái lễ."*

Trả lời là *"tôi may mắn được anh Phan thanh Hoài ... cho coi ... mấy **lời trối** của cụ Phan viết trên mảnh hoa tiên... Theo lời dặn trong tờ nầy thì lòng minh tinh không phải là chín chữ vì ở trên có thêm hai chữ Đại Nam. Vậy là mười một chữ.....Chữ chót đúng vào chữ Linh, **rất hợp lễ**."*

Như vậy, vấn đề về câu "minh tinh chín chữ" thật ra đã được nêu lên bởi ông Lê Thọ Xuân lần đầu tiên như trên từ năm 1944 trên tờ *Tri Tân*. Nhưng đó lại là một vấn đề rất khác với vấn đề mà ông Trần Khuê sau này đã chiếm đoạt, rồi sửa đổi lại để cho rằng Nguyễn Đình Chiểu đã mắng Phan Thanh Giản là "quỷ".

Bởi ông Lê Thọ Xuân chỉ thắc mắc, hay đặt vấn đề như sau: Nguyễn Đình Chiểu làm câu thơ mà viết rằng "minh tinh chín chữ" như vậy là một điều sai lễ, hay "chẳng hợp lễ". Bởi theo "lễ" thì lá minh tinh của người đàn ông phải có 7 hay 11 hay 15 chữ, nghĩa là sao cho chữ cuối phải lọt vào chữ "Linh" trong bốn chữ "Quỉ Khốc Linh Thính".

Rồi ông Lê Thọ Xuân ngụ ý tự cho là đã tìm được câu trả lời, đó là nhờ ông "may mắn" kiếm được một mảnh hoa tiên có chứa "lời trối" của Phan Thanh Giản từ gia đình họ Phan, mà ông đã từng công bố trong cuốn sách tiếng Pháp về Phan Thanh Giản trước đó. Và theo "lời trối" trên mảnh hoa tiên này của Phan Thanh Giản thì lá minh tinh có đúng 11 chữ, tức là chấm dứt ở chữ Linh, một cách rất hợp "lễ".

Do đó, ý của ông Lê Thọ Xuân trong bài viết trên, mặc dù ông không hề nói rõ ra, là câu thơ của Nguyễn Đình Chiểu, cũng như "người đời thường nhắc" - cho rằng minh tinh của Phan Thanh Giản chỉ có chín chữ - là không chính xác hay không đúng, vì không hợp "lễ".

Rồi ông đưa ra chứng minh của ông về sự "hợp lễ" này, qua cái ông gọi là "lời trối" về minh tinh của Phan Thanh Giản, tức là mảnh hoa tiên với chữ viết của Phan Thanh Giản mà trong đó rõ ràng có tới 11 chữ. Sau đó, từ "lời trối" rất "hợp lễ" này của Phan Thanh Giản, ông Lê Thọ Xuân mới, một cách gián tiếp, cho rằng lá minh tinh của Phan Thanh Giản ắt phải có đúng 11 chữ giống như "lời trối".

Nghĩa là ông Lê Thọ Xuân muốn người đọc phải tự suy ra rằng câu thơ của Nguyễn Đình Chiểu nói "minh tinh chín chữ" là một sự diễn tả không đúng sự thật; bởi vì lá minh tinh của Phan Thanh Giản đã, và phải, có đúng 11 chữ, giống như trong "lời trối" của Phan Thanh Giản do ông tìm ra.

Nhưng ông Lê Thọ Xuân đã ngừng lại ở đó. Chứ ông không hề nói, hay suy đoán ra lý do tại sao Nguyễn Đình Chiểu lại viết như vậy. Ông chỉ nói rằng viết minh tinh mà có chín chữ thì "không hợp lễ", và trong khi đó thì lời trối của Phan Thanh Giản cho thấy rõ ràng rất hợp lễ. Và vì Nguyễn Đình Chiểu cũng như Phan Thanh Giản là những người "thà chết chớ không chịu trái lễ", cho nên ông Lê Thọ Xuân đã ngụ ý cho rằng Nguyễn Đình Chiểu một là sai lầm, hoặc hai là không chính xác, khi diễn tả về lá triệu (minh tinh) của Phan Thanh Giản trong câu số 7 của bài thơ Nôm với "minh tinh chín chữ". Bởi đúng ra thì nó phải là 11 chữ theo như "lời trối" của Phan Thanh Giản, mà ông Lê Thọ Xuân chính là người đầu tiên đã đưa ra ánh sáng!

Và như vậy, có thể hiểu rằng ông Lê Thọ Xuân đã đưa ra cái thắc mắc như trên **để nhấn mạnh về tầm quan trọng của một tài liệu do chính ông kiếm ra và gọi là "lời trối"** - mảnh hoa tiên có thủ bút của Phan Thanh Giản về việc viết minh tinh. Rồi ông gián tiếp cho rằng Nguyễn Đình Chiểu đã viết, cũng như người đời thường nhắc, một cách không đúng sự thật về lá minh tinh. Chứ ông Lê Thọ Xuân hoàn toàn không hề có ý cho rằng Nguyễn Đình Chiểu đã cố tình viết hay sửa câu thơ lại để nói rằng lá minh tinh chỉ có "chín chữ", trong khi sự thật là 11 chữ, với mục đích châm biếm Phan Thanh Giản.

b) Ông Trần Khuê Chiếm Đoạt Thắc Mắc Của Ông Lê Thọ Xuân

Thế nhưng đúng năm mươi năm sau bài viết này của ông Lê Thọ Xuân thì ông Trần Khuê đã sử dụng cái thắc mắc về "lễ" mà ông Lê Thọ Xuân đã nêu ra từ năm 1944 như trên, để biến hóa ra thành một "khám phá" của ông. Hơn nữa, ông Trần Khuê còn sửa đổi sự thắc mắc này thành ra cái mà ông gọi là cách "chơi chữ" hay sự cố ý của Nguyễn Đình Chiểu nhằm chửi xéo Phan Thanh Giản, là chết đi thì chỉ có thể thành quỷ.

Tức là ông Lê Thọ Xuân chỉ nêu ra sự khác nhau giữa câu thơ của Nguyễn Đình Chiểu rằng minh tinh của Phan Thanh Giản chỉ có chín chữ, và "lời trối" của Phan Thanh Giản trong mảnh hoa tiên mà ông kiếm ra có đúng 11 chữ, để cho rằng Nguyễn Đình Chiểu đã không chính xác hoặc lầm lẫn. Tức là nhiều lắm thì ông Lê Thọ Xuân có ngụ ý rằng đó chỉ là một sự vô ý hay bất cẩn mà thôi.

Trong khi đó, ông Trần Khuê lại nắm ngay lấy sự thắc mắc này và tuyên bố rằng Nguyễn Đình Chiểu đã **cố ý** làm như vậy, với mục đích lên án Phan Thanh Giản. Cho nên Nguyễn Đình Chiểu mới cố ý "cắt" đi hai chữ trong "di chúc" và "hạ" xuống thành "chín chữ", thay vì 11 chữ, trong câu thơ:

"Vì nếu quả thực là cụ Đồ Chiểu muốn cắt hai chữ "Đại Nam" thì tại sao Cụ không cắt luôn thể hai chữ "hải nhai"... Vậy cụ Đồ Chiểu nói "chín chữ" là hàm ý gì? Theo tôi, đây không phải là vấn đề cắt chữ mà chính là **một kiểu chơi chữ cực kỳ thâm thúy**.

Ở đây có vấn đề **quy ước của người xưa** ... Không thể nghi ngờ một vị **túc nho** như Nguyễn Đình Chiểu lại không am tường

những quy tắc loại này. Và như nhiều nhà nho đương thời, hẳn cụ Đồ Chiểu cũng từng nghe biết **lời di chúc** của Phan. Vậy mà Cụ vẫn cứ hạ trong bài thơ điếu của Cụ mấy chữ thiệt tình quái ác: "minh tinh chín chữ", không phải là mười một chữ đã đành, mà cũng chẳng phải là bảy chữ. Cụ Đồ Chiểu đã nhầm lẫn chăng? Chắc chắn là Cụ không thể có sự nhầm lẫn hết sức hệ trọng như thế.

Đã hạ "chín chữ", nghĩa là Cụ đã dừng lại ở một chữ tối kỵ: chữ **Quỷ**, vậy mấy chữ **"lòng son tạc"** còn có nghĩa gì? Ca tụng hay mỉa mai?

Muốn minh xác điều này, chúng ta lại phải xét tới một liên văn bản, nghĩa là những bài thơ điếu khác của cùng tác giả, nhất là bài thơ điếu bằng chữ Hán... Trong hai câu luận của bài thơ chữ Hán, cụ Đồ Chiểu đã nhắc đến chuyện Phú Bật và Trương Tuần là nhằm phê phán Phan một cách kín đáo, thì đã rõ rồi. Vậy cụ còn có ý tứ gì nữa không? Tôi thấy cần phải chú ý thêm hai câu kết trong bài thơ chữ Hán này như sau:

"Hữu thiên lục tỉnh tồn vong sự
Nan đắc thung dung tựu nghĩa thần"

(Việc còn mất của sáu tỉnh, còn có trời. (Nhưng ông) muốn ung dung làm thần tựu nghĩa, thật khó vậy thay!)

Theo tôi hiểu, có lẽ đây là lý do chính mà cụ Đồ Chiểu thấy cần phải có thêm bài thơ điếu Phan bằng chữ Hán. Bên bài thơ chữ Nôm, tác giả hạ "minh tinh chín chữ", nghĩa là dừng ở chữ **Quỷ**, còn bên bài thơ chữ Hán, tác giả **nói trắng là Phan không thể làm Thần được**...

Như thế là nếu phân tích kỹ chữ nghĩa, dụng ý của điển cố và nhất là những tứ thơ nằm trong một hệ thống liên văn bản, chúng ta có cơ sở để khẳng định rằng "điếu Phan công nhị thủ" của Nguyễn Đình Chiểu không phải là hai bài thơ nhằm khóc thương và ca tụng Phan Thanh Giản mà chính là tác giả nhằm chê trách, phê phán Phan. Nguyễn Đình Chiểu không hề nhầm lẫn, không hề tự mâu thuẫn, trước sau Cụ vẫn hết sức nhất quán với lập trường yêu nước của mình. Cũng không có ngoại lệ trong chuyện này. Do đó, chúng ta không thể dùng hai bài thơ hết sức thâm thúy này của Nguyễn Đình Chiểu để bênh vực cho Phan Thanh Giản.[35]

Như vậy, điều rõ ràng là ông Trần Khuê đã bắt chước ý kiến hay thắc mắc của ông Lê Thọ Xuân về "minh tinh chín chữ", rồi sửa đổi vài chữ để che dấu sự "cầm nhầm" này và biến thành khám phá của mình. Những sửa đổi đó có thể dễ dàng nhận ra như sau:

---

[35] Ibid, Những chữ in đậm là do người viết nhấn mạnh.

Trước nhất, khi ông Lê Thọ Xuân viết rằng "Quỉ Khốc Linh Thính" là "lễ", thì ông Trần Khuê sửa lại thành "quy ước của người xưa".

Kế đến, khi ông Lê Thọ Xuân dẫn cái mà ông gọi là "lời trối" của Phan Thanh Giản do ông tìm ra. thì ông Trần Khuê sửa lại thành "di chúc".

Sau cùng, đến cái bảng vẽ hay sơ đồ về cách đếm chữ của ông Lê Thọ Xuân thì ông Trần Khuê cũng bắt chước, nhưng lại cố tình thay đổi và đảo ngược vị trí từ trên xuống dưới, như có thể nhận thấy qua hai bảng vẽ mà người viết kèm theo trong hình chụp dưới đây.

Hình trước lấy trong bài của ông Lê Thọ Xuân, "Từ Minh Tinh Của Phan-Lương-Khê Đến Thần Chủ Của Bùi-Hữu-Nghĩa", *Tri Tân* số 172, 12/1944, trang 10.

Hình sau lấy trong bài của ông Trần Khuê, "Tìm Hiểu Hai Bài Thơ Điếu Phan Thanh Giản Của Nguyễn Đình Chiểu", *Nghiên Cứu Lịch Sử*, số 4(275) (tháng 7&8, 1994), trang 21.

TỪ MINH-TINH CỦA PHAN-LƯƠNG-KHÊ
đến thần-chủ của Bùi-hữu-Nghĩa

LÊ-THỌ-XUÂN

Nghe Phan-thanh-Giản tuần tiết (1), Nguyễn-đình-Chiểu có làm bài thơ đầu « Non nước tan tành hệ bởi đâu ! » mà nhiều người lầm tưởng là của Phan làm lúc sắp từ-giã cõi trần. Câu 7 của bài nầy « Minh sanh (tinh) chín chữ lòng son lạc » làm tôi suy-nghĩ mãi, vì minh-tinh mà chín chữ thì chẳng hợp lệ chút nào, nhất là Phan-thanh Giản hay Nguyễn-đình-Chiểu thà chết chớ không chịu rái lệ.

Đánh lòng trọ (minh-tinh), người ta dùng bốn chữ « quỉ, khốc, linh, thính » và thế nào cho chữ chót là chữ linh nếu người qua đời là đờn ông, hay chữ thính nếu người qua đời là đờn-bà.

Chín chữ trong lòng tấm trọ của Phan-thanh Giản mà người đời thường nhắc là « Hải-nhai lão thơ sanh tánh Phan chi cữu ». Ta thử đánh :

1	2	3	4	5	6	7	8	9
Hải	Nhai	Lã	Thơ	Sanh	Tánh	Phan	Chi	Cữu
Quỉ	Khốc	Linh	Thính	Q.	K.	L.	T.	Q.

Thế là nhằm chữ Quỉ, chữ ký vị « bất dụng quỉ, khốc » 1 tự ».
Ngót mươi năm tìm tòi, một hôm tôi m y mẫu được anh Phan thanh Hoài, người giữ nhà thờ cụ Phan tại Bảo thạch (Batri), cho rớ rương tờ giấy chữ hán mà từ trước tới giờ anh g ữ Lu. Rất nhiều tài-liệu mà một phần lớn đã đem rinh trong quyển « Phan thanh Giản et sa famille », xuất bản trong năm 1941. Trong mớ tài liệu quí hóa nầy có hai vật làm tôi vui mừng vô bạn là bài trường thiên của Phạm-phú-Thứ khóc Phan thanh Giản (3) và mấy lời trối của cụ Phan viết trên mảnh hoa-tiên với nét chữ run-run, nhứt là cái nhấn chữ chi, cả ngang dưới chữ cữu và hai chữ chi mỏ ngã xiên, chứng tỏ lúc bởi tân lực kiệt. Ai thấy qua tuồng chữ mà lòng chẳng bắt-giác cũng như xét chữ mà run-run !

Theo lời dặn trong tờ giấy thì lòng tấm minh-tinh không phải là chín chữ vì ở trên có thêm hai chữ Đại-Nam. Vậy là mười một chữ thành :

1	2		4	5	6	7	8	9	10	11
Đại	Nam	Hải	Nhai	Lão	Thơ	Sanh	Tánh	Phan	Chi	Cữu
Q.	K.	T.	Q.	K.	L.	T.	Q.	K.	Linh	

Tổng đốc An Giang và Hà Tiên cũng phải "bỏ gậy dáo và gươm, giao nộp thành trì, khởi chống lại". Rõ ràng là cụ Đồ Chiểu đã dùng 2 điển tích này trong bài thơ điếu Phan bằng chữ Hán của Cụ nhằm chê trách Phan, chứ đâu phải để ca tụng Phan.

Vừa qua, đọc bài "Thử tìm hiểu thêm hai bài thơ của Nguyễn Đình Chiểu điếu Phan Thanh Giản" (Văn Nghệ TP. HCM, số 604, 22/9/1989), tôi rất mừng thấy tác giả Hoà Lạc đã hiểu đúng gần trọn ý thơ của cụ Đồ Chiểu. Ông đã cắt nghĩa từng dòng thơ khá tỉ mỉ, chu đáo. Đáng tiếc, Hoà Lạc đã bỏ sót một ý thơ khá quan trọng của cụ Đồ Chiểu, nên tôi xin mạn phép nói thêm cho đủ. Về hai câu kết trong bài thơ điếu Phan bằng chữ Nôm của cụ Đồ Chiểu như sau:

"Minh tinh chín chữ lòng son tạc,
Trời đất từ đây mặc gió thu".

Ông Hoà Lạc đã viết : "Trước khi mất, Phan Thanh Giản dặn các con đừng dựng minh tinh, nhược vô có dựng thì chỉ được viết : "Đại Nam hải nhai lão thư sinh tính Phan chi cữu" (Quan tài của người thư sinh già họ Phan ở nơi bãi biển nước Đại Nam). Trong 11 chữ (Hán) ấy thì "lão thư sinh" là chủ thể ; "lòng son" là một lời khen, nhưng khen Phan trong tư cách là "lão thư sinh". Có một chi tiết đáng lưu ý là minh tinh, theo lời trối của Phan có mười một chữ, nhưng Nguyễn Đình Chiểu lại viết : "minh tinh chín chữ". Mặc nhiên cụ Đồ Chiểu cắt bớt đi hai chữ. Hai chữ nào đây? Xem qua, xét lại tôi chỉ thấy hai chữ "Đại Nam" là có thể cắt và đáng cắt. Vì lúc ấy toàn bộ sáu tỉnh Nam Kỳ, kể cả bãi biển quê hương của Phan đã là lãnh thổ của Đại Pháp rồi, chứ còn đâu của Đại Nam nữa".

Giải thích chừng đó, tôi ngờ rằng tác giả Hoà Lạc còn có điều chưa hiểu trúng cái ý sâu xa của cụ Đồ Chiểu. Vì nếu quả thực là cụ Đồ Chiểu có ý muốn cắt hai chữ "Đại Nam" thì tại sao Cụ không cắt luôn thể hai chữ "hải nhai", vì theo Hoà Lạc thì "kể cả bãi biển (hải nhai) quê hương của Phan" cũng đã mất cơ mà. Theo lôgic đó thì cụ Đồ Chiểu phải nói là "minh tinh bảy chữ" mới thoả đáng. Vậy cụ Đồ Chiểu nói "chín chữ" là hàm ý gì? Theo tôi, đây không phải là vấn đề *cắt chữ* mà chính là một kiểu *chơi chữ* cực kỳ thâm thúy.

Cần nhắc lại nguyên văn lời trối của Phan với thân quyến của ông như sau : "Minh sinh thỉnh tinh, nhược vô, ưng thư : "Đại Nam hải nhai lão thư sinh tính Phan chi cữu", diệc dĩ thử" (xin giảm bỏ tấm triệu, nếu không, nên đề : "Quan tài của người thư sinh già họ Phan ở nơi bãi biển nước Đại Nam" cũng lấy câu này ghi ở mộ).

Vấn đề đáng chú ý là tại sao Phan lại dặn con cháu ông ghi *mười một chữ*, chứ không phải là *mười chữ* hay *chín chữ*?

Ở đây có vấn đề quy ước của người xưa. Theo tục lệ, khi viết minh tinh hoặc đề bia mộ, người ta bắt buộc phải chú ý đến 4 chữ **Quý, Khốc, Linh, Thính**, và phải tôn trọng quy tắc ; *"Nam linh, nữ thính, bất dụng quý khốc nhị tự"*. Nghĩa là khi viết minh tinh cho người chết là đàn ông thì người ta phải dừng ở chữ **Linh**, còn viết cho người chết là đàn bà thì người ta phải dừng ở chữ **Thính**, không được dùng hai chữ **Quý** và **Khốc**. Như thế để khỏi sái, tránh tổn hại cho con cháu. Vậy đối chiếu với quy tắc trên thì **mười một chữ** của Phan đã dừng đúng ở chữ **Linh**.

QUÝ	KHỐC	LINH	THÍNH	QUÝ	KHỐC	LINH	THÍNH	QUÝ	KHỐC	LINH	THÍNH
1	2	3	4	5	6	7	8	9	10	11	12
ĐẠI	NAM	HẢI	NHAI	LÃO	THƯ	SINH	TÍNH	PHAN	CHI	CỮU / MỘ	.

Như vậy, nếu ông Lê Thọ Xuân chỉ cho rằng Nguyễn Đình Chiểu không chính xác, thì ông Trần Khuê lại mạnh dạn khẳng định là một bậc "túc nho" như Nguyễn Đình Chiểu ắt không thể nào không biết "quy ước của người xưa" như trên được. Và do đó, theo ông Trần Khuê thì Nguyễn Đình Chiểu đã phải cố tình "chơi chữ" để cắt bớt đi hai chữ trong minh tinh, và hạ mấy chữ "thiệt tình quái ác" như trong câu thơ.

Với cách trình bày như trên, ông Trần Khuê rõ ràng muốn tạo cho người đọc cái cảm giác rằng câu thơ của Nguyễn Đình Chiểu cũng giống như, hay có giá trị như, lá minh tinh. Để khi câu thơ bị cắt xuống còn có "chín chữ" thì cũng giống như lá minh tinh, nó rớt ngay chữ "quỷ"; và Nguyễn Đình Chiểu đã làm điều này để chửi xéo Phan Thanh Giản là chết đi sẽ thành quỷ.

c) Lý Luận Của Ông Trần Khuê: Nếu Không Thành Thần Thì Thành Quỷ

Rồi để chứng minh cho sự cố ý mắng Phan Thanh Giản là "quỷ" đó của Nguyễn Đình Chiểu, ông Trần Khuê đã phải dẫn ra hai câu cuối của bài thơ chữ Hán, mà ông đã sử dụng một phiên bản sai và lời dịch cũng sai, để cho rằng ý của Nguyễn Đình Chiểu trong câu là Phan Thanh Giản **vì không thể thành thần tựu nghĩa được, nên ... phải thành quỷ**. Người đọc có thể dễ dàng nhìn thấy cái thủ thuật và lôgic theo kiểu "hồ bất thực là cây gạo" hay "đại phong là lọ tương" của ông Trần Khuê như trên.

Mà đó là do không hề có một bằng chứng nào khá hơn, nên ông Trần Khuê phải sử dụng cái lý luận lạ đời như vậy, rằng nếu chết đi mà không thể thành thần, thì … ắt phải thành quỷ!

Chỉ có điều là như người viết đã trình bày ở phần nói về ông Trần Nghĩa, chữ "thần" trong câu thơ này, "thung dung tựu nghĩa thần" là để chỉ một người bầy tôi hay thần tử, chứ không phải là thần thánh hay thần hồn. Và với câu thơ này thì rõ ràng là Nguyễn Đình Chiểu đã dùng điển tích "thung dung tựu nghĩa nan" để nói về một người bầy tôi mà sự khẳng khái giúp vua là chuyện dễ, nhưng thung dung tựu nghĩa tự xử lấy mình mới là điều khó.

Do đó, cả cái bằng chứng duy nhất trong cái lý luận lỏng lẻo như trên của ông Trần Khuê cũng sai nốt, vì ông dựa vào một phiên bản rõ ràng là sai của ông Thái Hữu Võ, phiên bản mà đã được cả hai ông Lê Thọ Xuân và Phan Văn Hùm sửa lại cho đúng và nói rất rõ về hai chữ "thần" nói trên, từ thập niên 1930.

Nếu như ông Trần Khuê không biết về cái điển tích "thung dung tựu nghĩa nan" này đi nữa, thì ít ra ông cũng phải biết rằng ngay từ năm 1933 ông Lê Thọ Xuân đã đưa ra một phiên bản đúng về chữ thần là bầy tôi như trên. Rồi sau đó, bà Mai Huỳnh Hoa cũng đưa ra một phiên bản như vậy vào năm 1935 trên tờ Tân Văn. Và đến năm 1938 và 1957 thì cuốn Nỗi Lòng Đồ Chiểu của ông Phan Văn Hùm cũng đã viết như vậy. Sau cùng, người

Viện Trưởng của ông Trần Khuê là ông Trần Nghĩa cũng đã viết như vậy vào năm 1972.

Thế nhưng ông Trần Khuê, một chuyên gia tại Viện Hán Nôm, lại cố tình phớt lờ hết tất cả các phiên bản nói trên, để cho rằng chữ "thần" ở đây có nghĩa là thần thánh. Đó là vì mục đích của ông nhằm sử dụng nó cùng với chữ "nan đắc" trong phiên bản của ông Thái Hữu Võ (thay vì "an đắc") để có thể kéo dãn cái lý luận theo kiểu Trạng Quỳnh của ông ra, rằng nếu khó thành thần thì có nghĩa sẽ phải thành quỷ.

Tóm lại, ông Trần Khuê đã sử dụng một thắc mắc hay nghi vấn của Lê Thọ Xuân vào năm 1944 về một câu thơ của Nguyễn Đình Chiểu để biến nó thành một khám phá của mình: Nguyễn Đình Chiểu đã cố tình hạ nhục Phan Thanh Giản là chết đi sẽ thành quỉ, khi Nguyễn Đình Chiểu viết chỉ có "chín chữ" trong câu thơ "minh tinh chín chữ lòng son tạc" thay vì 11 chữ như trong "di chúc" của Phan Thanh Giản.

2. Hậu Quả Là Ông Trần Khuê Sai Theo Ông Lê Thọ Xuân, Và Còn Sai Nhiều Hơn Vì Cho Rằng Nguyễn Đình Chiểu Cố Tình Nhục Mạ Phan Thanh Giản

Nhưng điều ông Trần Khuê có lẽ không hề nghĩ ra, là chính cái sự thắc mắc của ông Lê Thọ Xuân nêu ra từ năm 1944 trên tờ *Tri Tân* cũng đã quá yếu ớt và có nhiều sai sót rồi. Vì vậy, khi dựa vào cái nền tảng yếu ớt này để tạo dựng ra sự "khám phá" của mình, thì những điểm sai của ông Trần Khuê càng nổi bật hơn ông Lê Thọ Xuân gấp mấy lần nữa.

Sau đây, người viết sẽ đưa ra ba điểm yếu về thắc mắc nói trên của ông Lê Thọ Xuân, để cho thấy rằng sự thắc mắc này là không hợp lý. Từ đó, có thể thấy rằng việc dựa vào cái thắc mắc này của ông Trần Khuê để cho rằng Nguyễn Đình Chiểu muốn mắng chửi Phan Thanh Giản là hoàn toàn vô lý.

Thứ nhất, ông Lê Thọ Xuân đã sai lầm khi cho rằng người làm thơ cũng phải chính xác hay giữ "lễ" như người viết minh tinh.

Thứ hai, ông Lê Thọ Xuân đã sai lầm khi cho rằng cả Nguyễn Đình Chiểu và Phan Thanh Giản đều phải tuân theo cái "lễ" "Quỉ Khốc Linh Thính" về việc viết minh tinh.

Thứ ba, ông Lê Thọ Xuân đã sai lầm khi cho rằng lá minh tinh thật sự đã có 11 chữ.

a) Vì Đây Là Thơ, Không Phải Lá Minh Tinh; Và Nguyễn Đình Chiểu Là Nhà Thơ, Không Phải Thầy Lễ

Trước nhất, nếu tạm cho rằng lá minh tinh của Phan Thanh Giản quả tình thật sự có đến 11 chữ giống như "lời trối" của Phan Thanh Giản, nhưng Nguyễn Đình Chiểu lại viết rằng chỉ có "chín chữ" trong câu thơ, thì điều giải thích rõ ràng và dễ dàng nhất cho sự khác biệt này là vì Nguyễn Đình Chiểu đang làm thơ chứ không phải viết minh tinh. Cho nên ông muốn viết trong bài thơ bao nhiêu chữ thì mặc lòng; chuyện chính xác là không cần thiết. Bởi chẳng hề có cái "lễ" nào như vậy khi làm thơ cả.

Về điểm này, một học giả nổi tiếng là ông Ứng Hoè Nguyễn Văn Tố đã giải thích: khi nói "chín chữ" là do chỉ tính chín chữ *"Đại Nam hải nhai lão thư sinh tính Phan"* mà thôi, còn hai chữ "chi cữu" thì không tính. Như đã dẫn ở trên, ông Nguyễn Văn Tố cho biết lý do tại sao Nguyễn Đình Chiểu chỉ viết có "chín chữ" trong câu thơ, khi ông phê bình cuốn *Thi Văn Bình Chú* của Ngô Tất Tố là thiếu chính xác như sau:

"Lại có câu "Minh tinh chín chữ", ông Ngô Tất-Tố "chú dẫn" chỉ viết có bảy chữ, là "Hải nhai lão thư sinh chi cữu", dẫn cả chữ nho, cũng chỉ có bảy chữ! Có lẽ ông Ngô Tất-Tố đếm kiểu Chiêu Hổ Xuân-hương! Chín chữ ấy, người ta có tìm thấy trong di-bút của cụ Phan-thanh-Giản như sau này: "Minh tinh thỉnh tỉnh, nhược vô, ưng thơ: 'Đại-Nam hải nhai lão thư sinh tính Phan chi cữu', diệc dĩ thử chi mộ". Nghĩa là "minh tinh xin bỏ, nếu không chịu bỏ, thì nên viết thế này "Cái cữu của người học-trò già, ở góc bể Đại Nam là họ Phan, mộ chí cũng đề như thế". Sở dĩ gọi là chín chữ là tính từ chữ "Đại Nam hải nhai lão thư sinh tính Phan". Cứ như thế là cụ dặn bỏ minh tinh, bất đắc dĩ hãy viết,

chứ không phải như lời ông Ngô Tất-Tố nói cụ "*tự tay viết sẵn chín chữ ...để làm lòng minh tinh*".

Như vậy, theo ông Nguyễn Văn Tố thì sở dĩ Nguyễn Đình Chiểu chỉ viết có "chín chữ" như trong câu thơ vì ông đã bỏ đi hai chữ chót, "chi cữu", trong câu. Một cách gián tiếp, ông Nguyễn Văn Tố cho rằng hai chữ "chi cữu" này không có ý nghĩa gì quan trọng và không cần thiết cho cái "lòng son" hay "đan tâm" của Phan Thanh Giản mà cần phải ghi tạc, cho nên Nguyễn Đình Chiểu đã không kể ra trong câu thơ.

Hoặc theo ông Nguyễn Trung Quân giải thích, thì vì câu thơ Đường luật cần giới hạn số chữ, nên Nguyễn Đình Chiểu đã dùng "Minh tinh chín chữ" lòng son tạc thay vì "Minh tinh **mười một chữ**" lòng son tạc cho câu thơ[36]. Cách giải thích này hoàn toàn hợp lý, nhất là khi ta xét đến nghệ thuật làm thơ của Nguyễn Đình Chiểu vốn không cần chính xác mà chỉ cần nói lên ý nghĩa.

Như khi điếu Trương Định, Nguyễn Đình Chiểu đã viết rằng:

"*Lâm-dâm ba chữ điếu linh hồn.*"

---

[36] Nguyễn Trung Quân, "Góp Ý Cùng Giáo Sư Nguyễn Phú Thứ Về Cụ Phan Thanh Giản Và Cụ Nguyễn Đình Chiểu", *Thế Kỷ 21*, Số 185, September 2004, pp.86-88.

Không có nghĩa là Nguyễn Đình Chiểu chỉ khấn có đúng "ba chữ" để điếu linh hồn Trương Định, cũng như ông có thể không hề nói rằng cái minh tinh của Phan Thanh Giản chỉ có vỏn vẹn "chín chữ" thôi. Mà ông trong vị thế của một người làm thơ chỉ cần nói một cách tượng trưng trong câu thơ. Cho nên "chín chữ", cũng như "ba chữ", chỉ là một nghệ thuật khi làm thơ. Bởi vì thơ là một loại nghệ thuật chứ không phải là một văn bản pháp lý mà cần phải chính xác đến từng chữ một.

Tóm lại, cần phải thấy rằng ông Lê Thọ Xuân đã có một sự lẫn lộn giữa người viết minh tinh với người làm thơ. Người viết minh tinh thì có thể phải tuân theo cái "lễ" đếm chữ "Quỉ Khốc Linh Thính". Nhưng người làm thơ là Nguyễn Đình Chiểu thì hoàn toàn không phải là người viết lá minh tinh để mà phải giữ cái "lễ" đó.

Vì vậy, Nguyễn Đình Chiểu, trong vai trò của một nhà thơ, hoàn toàn có thể tự do viết rằng có "chín chữ" mặc dù "lời trối" dặn rằng phải viết 11 chữ (và nếu như thật sự lá minh tinh có 11 chữ giống như lời trối). Đó là vì: 1) ông không tính hai chữ "chi cửu", bởi nó không quan hệ cho ý chính của ông, hoặc 2) ông cần giới hạn số chữ trong câu, cho hợp với luật thơ.

Và do đó, cái thắc mắc mà ông Lê Thọ Xuân nêu ra thật sự không phải là một vấn đề chi hết, nếu ta nhìn thấy rằng Nguyễn Đình Chiểu trong vai trò của một nhà thơ đã phóng bút cho câu thơ tròn vẹn đúng ý, đúng luật làm thơ. Chứ ông không phải là người viết ra lá minh tinh mà phải cần viết cho đúng "lễ" về cách đếm chữ "Quỉ Khốc Linh Thính".

Thế nhưng ông Lê Thọ Xuân đã lẫn lộn giữa vai trò thi sĩ và người viết minh tinh của Nguyễn Đình Chiểu như vậy, chỉ vì mục đích muốn chứng minh rằng tài liệu của ông tìm ra ("lời trối" của Phan Thanh Giản trong mảnh hoa tiên) là rất có giá trị, mà thôi.

Còn trong khi đó thì ông Trần Khuê lại cố tình lẫn lộn giữa hai vai trò vì mục đích cho rằng Nguyễn Đình Chiểu đã cố ý viết chỉ có chín chữ trong câu thơ, mà "không hề nhầm lẫn" và "không hề mâu thuẫn", khi "hạ" những chữ "quái ác" như vậy - nhằm chửi xéo rằng Phan Thanh Giản khi chết đi sẽ thành quỷ. Nghĩa là ông Trần Khuê cho rằng câu thơ của Nguyễn Đình Chiểu cũng có tác dụng giống như một lá minh tinh, và ai cũng hiểu như vậy. Cho nên theo cách trình bày của ông Trần Khuê thì câu thơ của Nguyễn Đình Chiểu ít nhất cũng có ý nghĩa giống như, và giá trị ngang hàng với, lá minh tinh (cho dù ông không phải là người viết lá minh tinh!).

Như vậy, việc ông Lê Thọ Xuân lẫn lộn giữa hai vai trò này làm cho cái thắc mắc hay vấn đề mà ông đặt ra không có cơ sở. Và sự dựa dẫm vào điều sai lầm này để từ đó mà cho rằng Nguyễn Đình Chiểu đã cố ý chửi xéo Phan Thanh Giản của ông Trần

Khuê càng làm cho lý luận của ông Trần Khuê sai nhiều hơn nữa. Bởi vì ai cũng thấy rằng một câu thơ không phải là một lá minh tinh, và một nhà thơ không hề phải đếm chữ theo kiểu "Quỉ Khốc Linh Thính" như người viết minh tinh. Bất cứ một người bình thường nào cũng thấy ra điều khác biệt giữa thơ và minh tinh, giữa thi sĩ và người viết minh tinh, như trên.

Do đó, nếu như Nguyễn Đình Chiểu mà có cố ý mắng xéo Phan Thanh Giản đi nữa, thì chắc ông cũng không dại gì mà lại đem cái cách đếm chữ cho lá minh tinh này vào câu thơ như vậy. Vì nếu muốn như thế thì ông phải hy vọng là mọi người đều có cái lý luận giống như ông Trần Khuê, rằng câu thơ của ông cũng giống như, hay có giá trị như, lá minh tinh.

Chính vì biết rằng sự thắc mắc của mình là không chính đáng, nhất là khi lẫn lộn giữa hai thể loại và vai trò như trên, nên ông Lê Thọ Xuân đã chỉ nói lấp lửng trong bài viết rằng viết chín chữ như vậy là "trái lễ". Chứ ông không hề nói thẳng hay kết luận rằng Nguyễn Đình Chiểu đã viết sai hay trái lễ.

Trong khi đó thì ông Trần Khuê lại hùng dũng lý luận rằng Nguyễn Đình Chiểu đã cố tình viết chỉ có "chín chữ" trong câu thơ, do câu thơ cũng có ý nghĩa và giá trị ngang hàng với lá minh tinh. Hơn nữa, ông Trần Khuê còn giả định rằng ai cũng phải biết điều này, và biết đếm chữ theo kiểu "quy ước của người xưa" này, cho nên Nguyễn Đình Chiểu mới dùng kiểu "chơi chữ thâm thúy" đó để viết thành câu thơ như trên cho mọi người đều hiểu.

Mà như vậy thì rõ ràng là ông Lê Thọ Xuân khôn khéo hơn ông Trần Khuê rất nhiều! Hoặc vì thật ra thì mục đích của ông khác hẳn với ông Trần Khuê, nên ông chỉ viết lấp lửng vậy thôi để tránh phải kết luận; trong khi vẫn đạt được mục đích tối hậu là quảng cáo cho tài liệu mảnh hoa tiên có "lời trối" của ông, một cách hữu hiệu.

Còn ông Trần Khuê thì vì mục đích muốn cho rằng Nguyễn Đình Chiểu đã cố tình hạ nhục thay vì ngợi khen Phan Thanh Giản; nhưng lại không có bằng chứng nào hết từ mấy câu thơ trong bài; nên đã hớn hở vồ lấy cái thắc mắc không có cơ sở như trên của ông Lê Thọ Xuân, rồi sửa đổi chút đỉnh để thành ra lý luận của mình.

Chỉ có điều là khi ông Trần Khuê dựa trên một điều vô lý như vậy, mà còn đặt điều thêm thắt cho sự vô lý đó, thì chỉ càng làm cho sự vô lý này nổi bật nhiều hơn mà thôi.

b) Vì Nguyễn Đình Chiểu và Phan Thanh Giản Không Phải Tuân Theo "Quỉ Khốc Linh Thính", Một Nghi Lễ Phật Giáo Dân Gian

Nhưng đó không phải là khuyết điểm duy nhất về lý luận trong bài viết của ông Lê Thọ Xuân. Điểm sai lầm thứ hai là do ông đã cho rằng cả Phan Thanh Giản và Nguyễn Đình Chiểu đều phải tuân theo cái "lễ" viết minh tinh bằng cách đếm chữ theo kiểu "Quỉ Khốc Linh Thính" nói trên. Ông Lê Thọ Xuân đã giả định, mà không hề có chứng minh nào hết cho điểm này. Và theo người viết thì chính ông Lê Thọ Xuân đã sai lầm.

Vì như đã thấy, ông Lê Thọ Xuân cho rằng cả Phan Thanh Giản lẫn Nguyễn Đình Chiểu đều là những người biết "lễ" và "thà chết chớ không trái lễ". Cho nên cả hai đều phải tuân theo cái "lễ" viết minh tinh theo kiểu đếm chữ "Quỉ Khốc Linh Thính". Và do theo cái "lễ" đó mà Phan Thanh Giản đã viết đúng 11 chữ như trong "lời trối" do ông Lê Thọ Xuân tìm ra. Bởi nếu Phan Thanh Giản chỉ viết có 9 chữ thì "trái lễ", do chữ cuối rớt vào chữ "quỉ", chứ không phải chữ "linh" như cái "lễ" này đòi hỏi.

Nhưng giá mà ông Lê Thọ Xuân biết được cái "lễ" này từ đâu ra, thì có lẽ ông đã không có thắc mắc và sự quả quyết như trên. Vì như chính ông Lê Thọ Xuân đã thành thật thú nhận trong bài viết, ông không biết rằng cái "lễ" về cách viết minh tinh "Quỉ Khốc Linh Thính" này là ở đâu ra, mặc dù ông đã hỏi cả mấy người thầy lễ: *"(2) Các thầy lễ mà tôi gặp đều nói như vậy, nhưng không rõ ở trong sách nào"*.

Thế nhưng với mục đích nhấn mạnh sự quan trọng của mảnh hoa tiên, ông Lê Thọ Xuân lại quả quyết cho rằng cả Phan Thanh Giản lẫn Nguyễn Đình Chiểu đều phải tuân theo cái "lễ" đó.

Và dù sao thì ông Lê Thọ Xuân cũng đã thành thật thú nhận điều mình không biết, hoặc không chắc. Trong khi ông Trần Khuê thì tệ hơn nhiều, vì ông dùng những chữ có vẻ như rất chắc ăn, rất rõ ràng, nhưng thật sự thì rất ấm ớ, ngộ nghĩnh. Như là "quy ước của người xưa", "những quy tắc thuộc loại này", để diễn tả cách viết minh tinh theo kiểu đếm chữ "Quỉ Khốc Linh Thính" như trên, trong nỗ lực xóa đi dấu vết chữ "lễ" của ông Lê Thọ Xuân. Mà có lẽ đó là vì ông Trần Khuê biết rằng chính người đưa ra cái thắc mắc này là ông Lê Thọ Xuân còn không biết nguồn gốc của cách đếm chữ "Quỉ Khốc Linh Thính" ở đâu ra, cho nên kẻ bắt chước là ông Trần Khuê phải dùng những chữ thuộc loại "an toàn" như trên.

Chỉ có điều là cho dù dùng những chữ đao to búa lớn như vậy, nhưng ông Trần Khuê lại không hề cho ta biết người xưa đó là người xưa nào, Tàu hay Việt, xưa từ hồi nào, những quy tắc loại này là gì, có từ hồi nào, và tại sao mọi người phải theo những quy tắc đó, nhất là cái quy tắc đếm chữ theo kiểu "Quỉ Khốc Linh Thính" nói trên. Buồn cười hơn nữa, ông Trần Khuê còn cho rằng vì Nguyễn Đình Chiểu là một bậc "túc nho", cho nên phải biết và tuân theo cái "quy ước của người xưa" này. Nghĩa là ông Trần Khuê đã mạo hiểm mà cho rằng hễ là "túc nho" thì phải biết cái "quy tắc" "Quỉ Khốc Linh Thính" đó! Và đương nhiên là ông không hề có một bằng chứng nào cả cho cái kết luận trên.

Nhưng nếu ông Lê Thọ Xuân và ông Trần Khuê biết rằng cái "lễ" hay "quy tắc người xưa" này thật ra là một tục lệ theo nghi thức Phật Giáo, và hai ông nho sĩ Phan Thanh Giản và Nguyễn Đình Chiểu, nhất là Nguyễn Đình Chiểu, chắc chắn không ưa gì Phật Giáo, thì có lẽ hai ông đã không dám cả quyết rằng Phan Thanh Giản và Nguyễn Đình Chiểu phải tuân theo cách đếm chữ mang đầy màu sắc dị đoan như trên.

Theo người viết tìm hiểu, cái "minh tinh" mà người Nam Kỳ gọi là "minh sanh" hay tấm triệu, là một lá phướn được dùng trong đám ma theo nghi lễ Phật Giáo, để viết lai lịch người chết. Và theo nghi lễ này thì phải dùng cách đếm chữ "Quỉ Khốc Linh Thính" với luật *"Nam linh nữ thính, bất dụng quỉ khốc nhị tự"*, như ông Lê Thọ Xuân đã viết trong bài trên. Tức là phải đếm số chữ để viết sao cho đàn ông thì chữ cuối phải lọt vào chữ "linh", còn đàn bà chữ "thính".

Với cách đếm chữ như trên, ông Lê Thọ Xuân đã bỏ công tìm kiếm, để rồi tự hào rằng đã kiếm ra được "lời trối" của Phan Thanh Giản; mà trong đó có đúng 11 chữ tức nhằm chữ "Linh", chứ không phải là "chín chữ" để lọt vào chữ "Quỉ", như trong câu thơ của Nguyễn Đình Chiểu. Để từ đó mà ông Lê Thọ Xuân có thể lý luận rằng Phan Thanh Giản đã theo lễ, còn Nguyễn Đình Chiểu viết như vậy là "trái lễ".

Nhưng theo nhà nghiên cứu Lý Việt Dũng giải thích về lá minh tinh thì đó chính là một nghi thức có nguồn gốc Phật Giáo, như sau:

"... Theo nghi (lễ) này, lễ sư cầm bút, miệng đọc tay viết tên tuổi, quê quán, ngày sanh, ngày mất, đạo đức và cả chức tước của người quá cố vào **lá phan mà ta quen gọi là tấm triệu**. Kế đó, kể lể công đức lúc sanh tiền của người chết, **đồng thời tuyên dương Phật lý trích từ kinh để nhấn mạnh lẽ vô thường tấn tốc, hữu sanh hữu diệt**...

"Lá triệu là một trong các quy định cần có của lễ tang, nguyên được gọi là "**minh tinh**... Từ "lá triệu" có lẽ do người Việt mình gọi, đúng hơn do các thầy chủ trì tang lễ dùng. Sở dĩ gọi "lá triệu" là do trong tấm minh tinh **viết theo nghi thức Phật giáo có 2 chữ "tiếp triệu" có nghĩa là "tiếp dẫn triệu gọi" linh hồn người chết về Tây phương cực lạc hay về trình diện U Minh Giáo chủ Địa Tạng Vương Bồ tát**... Không ai biết tấm triệu xuất hiện từ đời nào, nhưng xuất xứ xa xưa có lẽ ở Trung Quốc rồi người Việt Nam mình mô phỏng theo. Ngay sách Thọ Mai gia lễ cũng không nói rõ lai lịch lá triệu. Tuy nhiên theo thầy Thích Lệ Trang, trụ trì chùa Viên Giác (Tân Bình) cho biết thì trong bài Văn tế thập loại diễn Nôm của Hòa thượng Bích Liên có 2 câu thơ:

Lụa hồng bảy thước đề tên
Cát vàng một cụm lấp nền văn chương

Hai câu lục bát này Hòa thượng Bích Liên đã trích dịch từ bài văn tế một thi nhân qua đời của Tô Đông Pha:

Thất xích hồng la thư tính tự
Nhất đôi hoàng thổ cái văn chương

Qua 2 câu này, chúng ta thấy tấm triệu xuất hiện ở Trung Quốc muộn nhất cũng là từ đời Tống...

Theo **tín ngưỡng dân gian Trung Quốc pha trộn Đạo lão và Phật giáo mà người Việt ta cũng tin theo thì tấm triệu chính là cái "giấy thông hành" của người chết để trên đường di quan từ nhà đến huyệt**, đạo lộ âm binh nhìn thấy lý lịch người chết ghi rõ trên lá triệu mà không ngăn chặn xét hỏi cho đi qua và sau khi hạ huyệt 7 ngày linh hồn người chết cầm tấm triệu này trình cho quỷ tốt giữ cầu Nại Hà để chúng tiếp nhận, dẫn vào trình diện Diêm Vương ...

Nên chú ý một điều là khi viết tấm triệu, người ta phải đếm số chữ trong lá triệu thứ tự từ đầu tới cuối theo 4 tiếng "Quỷ khốc linh thính" sao cho chữ chót của người nam đúng chữ "linh" và chữ chót của người nữ đúng chữ "thính".[37]

Như vậy, cái mà ông Lê Thọ Xuân gọi là "lễ" và ông Trần Khuê

---

[37] Lý Việt Dũng, "Nghi Thức Và Văn Cúng Đám Tang Ở Nam Bộ", *Tạp Chí Nghiên Cứu Và Phát Triển*, Số 2 (73), 2009. Những chữ in đậm là do người viết muốn nhấn mạnh.

gọi là "quy ước của người xưa" về việc đếm chữ theo luật "Quỉ Khốc Linh Thính" để viết minh tinh như trên không phải là một cái "lễ" của Nho Giáo. Mà là một nghi thức dựa trên Phật Giáo và có thể đã pha trộn màu sắc đạo Lão mang tính dân gian được du nhập từ bên Tàu.

Trong khi đó, Phan Thanh Giản và Nguyễn Đình Chiểu chính là hai nho sĩ, nên không có lý do gì mà họ phải theo nghi thức dị đoan này. Thậm chí họ có thể còn rất ghét cái nghi thức đó nữa. Chính vì vậy mà Phan Thanh Giản đã viết ngay từ đầu trong mảnh hoa tiên ("lời trối"), là "minh tinh thỉnh tỉnh", tức minh tinh xin hãy bỏ đi. Tức là ông đã không cho rằng cái "lễ" này là quan trọng, cho nên mới dặn con cháu như vậy ngay từ đầu. Và đó mới là ý chính của lời dặn bảo đó, chứ không phải những gì tiếp theo. Việc ông viết đúng 11 chữ có thể là vì ông cũng đã quen viết như vậy, nhưng không có nghĩa là ông nhất quyết phải viết theo nghi "lễ" Phật Giáo nói trên.

Bởi ông là một nho sĩ. Có thể Phan Thanh Giản không bài xích đạo Phật như Nguyễn Đình Chiểu, nhưng chắc chắn là ông không phải tuân theo những nghi lễ Phật Giáo theo kiểu những nghi lễ Nho Giáo. Còn Nguyễn Đình Chiểu thì thái độ của ông đối với Phật Giáo và các nghi lễ Phật Giáo ra sao có thể thấy được rõ ràng qua hai tác phẩm *Dương Từ Hà Mậu* và *Ngư Tiều Vấn Đáp Y Thuật*.

Tóm lại, đối với hai nhà Nho này, một người thì nói rõ rằng không cần phải viết, hay xin bỏ, lá minh tinh, còn người kia là một nhà thơ đã từng bày tỏ sự chống đối Phật Giáo kịch liệt, đại khái như ngay từ đầu tác phẩm Dương Từ Hà Mậu:

"Dị đoan xưa đã bời bời,
Lại thêm đạo Phật, đạo trời, lăng nhăng".

Do đó, việc lá minh tinh có bao nhiêu chữ chắc chắn không hề là một vấn đề gì hết đối với hai người này. Thậm chí việc có hay không có lá minh tinh còn không phải là một vấn đề đối với Phan Thanh Giản.

Thế nhưng nó đã trở thành vấn đề vào năm 1944; đó là do nhà nghiên cứu Lê Thọ Xuân muốn quảng cáo cho cái tài liệu quí hiếm mà ông kiếm ra, mảnh hoa tiên có "lời trối" của Phan Thanh Giản. Để làm được điều này, ông Lê Thọ Xuân phải chứng minh rằng "lời trối" đó là đúng "lễ", rằng lá minh tinh phải có 11 chữ giống như "lời trối" đó (mặc dù ông thú nhận là không biết cái "lễ"này ở đâu ra), và khi viết rằng chỉ có "chín chữ" như Nguyễn Đình Chiểu đã làm là "trái lễ".

Vì vậy, cho rằng Phan Thanh Giản và nhất là Nguyễn Đình Chiểu phải giữ "lễ" như ông Lê Thọ Xuân đã thắc mắc như trên là sai; nhưng có thể hiểu và thông cảm được lý do tại sao ông lại nêu ra một thắc mắc như thế. Hơn nữa, ông Lê Thọ Xuân lại còn thành thật thú nhận là ông không biết cái "lễ" này ở đâu ra, cho nên cái sai của ông hoàn toàn có thể thông cảm được.

Còn trong khi đó thì ông Trần Khuê lại làm như là ông biết rất rõ về cái "quy ước" "Quỉ Khốc Linh Thính", trong khi điều rõ ràng là ông đã chiếm đoạt khái niệm này từ ông Lê Thọ Xuân, trong mục đích muốn biến câu thơ của Nguyễn Đình Chiểu thành một lời nguyền rủa Phan Thanh Giản. Chính vì vậy, ông mới dùng những từ đao to búa lớn nhưng lại rất ấm ớ như là "quy ước của người xưa", rồi khẳng định rằng một bậc "túc nho" như Nguyễn Đình Chiểu thì phải biết cái quy ước này. Thế nhưng khi làm điều đó thì vô hình trung ông đã biến cái "quy ước" "Quỉ Khốc Linh Thính" thành một nghi thức của Nho Giáo. Trong khi nó lại là một nghi thức Phật Giáo mà hai nhà nho Phan Thanh Giản và Nguyễn Đình Chiểu đều không hề phải tuân theo và thật sự là chẳng ưa thích gì.

Do đó, giống như cái sai khi dựa trên sự lầm lẫn giữa thơ và minh tinh ở trên, việc dựa trên cái "lễ" của ông Lê Thọ Xuân để từ đó tăng cường độ cho thành "quy ước người xưa" của ông Trần Khuê càng làm cho sự sa lầy của ông ta tệ hại hơn thêm.

c) Vì Lá Minh Tinh Thật Sự Có 9 Chữ, Không Phải Có 11 Chữ Giống Như "Lời Trối" Trong Mảnh Hoa Tiên

Điều sai lầm thứ ba của ông Lê Thọ Xuân mà ông Trần Khuê đã dựa vào là cho rằng lá minh tinh của Phan Thanh Giản thật tình phải có 11 chữ, đúng như "lời trối" của Phan Thanh Giản. Ông Lê Thọ Xuân bắt buộc phải giả định như vậy để từ đó có thể dựa vào mà cho rằng viết "chín chữ" như Nguyễn Đình Chiểu là sai, hay "trái lễ". Và để từ đó mà nhấn mạnh thêm sự quan trọng của một tài liệu rất quí hiếm do ông kiếm ra từ con cháu họ Phan, mảnh hoa tiên có "lời trối" của Phan Thanh Giản.

Rồi mặc dù ông Lê Thọ Xuân gọi là "lời trối", nhưng chẳng có điều gì để chứng minh rằng mảnh hoa tiên đó chứa đựng "lời trối" trước khi lâm chung của Phan Thanh Giản. Bởi với nét chữ "run run" như ông Lê Thọ Xuân nói, thì với số tuổi trên dưới 70, Phan Thanh Giản đã có thể viết như vậy vài năm trước khi chết. Hơn nữa, nếu quả thật là "lời trối" thì thường là một lời nói, chứ đến phút lâm chung thì còn sức đâu mà cầm bút để viết như trong mảnh hoa tiên?

Nhưng cũng giống như khi sửa chữ "lễ" của ông Lê Thọ Xuân ra thành "quy ước của người xưa", ở đây ông Trần Khuê lại một lần nữa cho thấy rất rõ là ông cũng đã mượn luôn chữ "lời trối" này của ông Lê Thọ Xuân rồi biến nó thành … "di chúc"! Mặc dù trong đó không hề có điều khoản nào về ... phân chia tài sản!

Tuy chẳng bao giờ nhắc tới việc ông Lê Thọ Xuân đã tìm ra tài liệu này, nhưng ông Trần Khuê đã vô tình hay hớ hênh làm lộ việc ông dùng đúng ngay chữ của ông Lê Thọ Xuân để gọi tài liệu này là "lời trối":

"Cần nhắc lại nguyên văn lời trối của Phan với thân quyến của ông..."

Mà như ông Lê Thọ Xuân cho biết thì chính ông là người đã tìm ra mảnh hoa tiên và gọi nó là "lời trối". Do đó, khi gọi nó giống y như ông Lê Thọ Xuân, ông Trần Khuê cho thấy rằng ông đã "mượn" tài liệu và khái niệm của ông Lê Thọ Xuân, nhưng lại không hề dẫn nguồn để cho biết tên hiệu người đã tìm ra.

Rồi sau đó thì ông Trần Khuê mới sửa lại cách gọi, để biến "lời trối" thành "di chúc" của Phan Thanh Giản! Can đảm hơn, ông còn cho rằng Nguyễn Đình Chiểu, cũng như nhiều "nhà nho" thời đó, ắt phải biết về bản di chúc này, cũng như Phan Thanh Giản đã viết gì trong đó:

"Và như nhiều nhà nho đương thời, hẳn cụ Đồ Chiểu cũng từng nghe biết lời di chúc của Phan. Vậy mà Cụ vẫn cứ hạ trong bài thơ điếu của Cụ mấy chữ thiệt tình quái ác: "minh tinh chín chữ", không phải là mười một chữ đã đành, mà cũng chẳng phải là bảy chữ."

Mà như đã thấy, ông Lê Thọ Xuân cho biết là ông đã "may mắn" được ông Phan Thanh Hoài cho coi mảnh hoa tiên; lúc đó nằm sâu trong rương giấy tờ chữ Hán của Phan Thanh Giản. Rồi chính nhờ vào tài liệu đó mà ông Lê Thọ Xuân mới cho rằng đã tìm được câu trả lời cho câu thơ số 7 của Nguyễn Đình Chiểu về vấn đề "minh tinh chín chữ".

Do đó, nếu như ông Trần Khuê đã không đọc được bài viết nói trên của ông Lê Thọ Xuân thì chắc chắn là ông cũng chẳng thế nào biết được cái "lời trối" đó ở đâu ra. Thế nhưng ông chẳng những đã vớ lấy thắc mắc nói trên của ông Lê Thọ Xuân để nhận làm khám phá của mình, mà ông lại còn ma mãnh sửa lại thành "di chúc" của Phan Thanh Giản.

Rồi để chứng minh rằng thâm ý của Nguyễn Đình Chiểu là rủa Phan Thanh Giản khi chết đi sẽ thành "quỷ" - do cố ý cắt đi hai chữ trong "di chúc" cho thành "chín chữ" để lọt vào chữ "quỷ" - ông Trần Khuê đã phải sáng tạo ra thêm chi tiết là cái "di chúc" này của Phan Thanh Giản đã được "nhiều nhà nho đương thời", trong đó có Nguyễn Đình Chiểu, "nghe biết"! Vì chỉ có như vậy thì ông mới cho rằng Nguyễn Đình Chiểu đã cố tình cắt bớt đi hai chữ được.

Nhưng một lần nữa, ông Lê Thọ Xuân trong cố gắng để chứng minh về tầm quan trọng của tài liệu do mình khám phá, đã sai lầm khi giả định rằng lá minh tinh của Phan Thanh Giản thật sự phải có 11 chữ giống như "lời trối" trong mảnh giấy hoa tiên do ông tìm ra. Rồi ông Trần Khuê vì bắt chước ông Lê Thọ Xuân, nhưng lại muốn đi xa hơn, do ác ý muốn vu cho Nguyễn Đình Chiểu việc cố tình nhục mạ Phan Thanh Giản, nên đã sa lầy còn tệ hại hơn nữa.

Bởi vì theo tất cả các tài liệu còn lưu lại thì lá minh tinh của Phan Thanh Giản thật sự **chỉ có đúng "chín chữ"** như Nguyễn Đình Chiểu đã viết trong câu thơ mà thôi. Và điều này cũng đã được chính ông Lê Thọ Xuân nhìn nhận là thường nghe thấy, trong bài viết nói trên. Chín chữ đó là "Hải nhai lão thơ sanh tánh Phan chi cữu". Không có hai chữ "Đại Nam" như trong mảnh hoa tiên mà ông Lê Thọ Xuân tìm được.

Những tài liệu sau đây cho thấy điều đó:

Trước nhất, ông Thái Hữu Võ, tác giả cuốn *Phan Thanh Giảng Truyện* đã viết rất rõ như sau về phút lâm chung của Phan Thanh Giản[38]:

"Ba người con ngài là Phan-Hương, Phan-Liêm và Phan-Tôn, ngày đêm quì bên ngài khóc lóc xin ngài ăn cơm, ngài cũng không ăn, ngài lại dặn rằng: khi ngài chết rồi, thì phải đem linh

---

[38] Trong cuốn sách này, ông Thái Hữu Võ cho biết rất rõ ràng về nguồn gốc những tài liệu trong sách của ông. Ông cho biết rằng ông đã nghe lại những lời kể về Phan Thanh Giản từ con cháu, gia đình, và chính những người bạn từ thuở nhỏ của Phan Thanh Giản, lúc đó vẫn còn sống, khi ông làm cuốn sách này.

cửu ngài về bổn quán tại làng Bảo-thạnh mà chôn bên phần mộ tiên nhơn. Còn tấm Minh-sanh (tấm triệu) của ngài thì phải đề: 'Hải nhai lảo thơ sanh tánh Phan chi cửu.'

Lúc ấy có một người trong thân quyến của ngài thấy ngài bảo đề tấm Minh-sanh như vậy, thì thưa rằng: 'sao ngài không để các tước phẩm của ngài trên tấm Minh-sanh đặng cho người ta biết?' thì ngài đáp rằng: 'Những hạng thường nhơn thì hay muốn cầu chúc (chức) khoe danh là một sự vinh ở đời, song ta đây xem sự ấy là một sự rất hổ hang đê tiện. Vả lại cái mạng sống này ta còn chẳng cần, huốn (huống) chi đương cơn nước ngặt thành nghiên (nghiêng) như vầy, còn mặt mũi nào mà chưng khoe phẩm tước.'"

Dưới đây là hình chụp đoạn văn trên, trong trang 43 của sách *Phan Thanh Giảng Truyện*

> Ba người con ngài là Phan-Hương, Phan-Liêm và Phan-Tôn, ngày đêm quì bên ngài khóc lóc xin ngài ăn cơm, ngài cũng không ăn, ngài lại dặn rằng: khi ngài chết rồi, thì phải đem linh cửu ngài về bổn quán tại làng Bảo-thạnh mà chôn bên phần mộ tiên-nhơn. Còn tấm Minh-sanh (tấm triệu) của ngài thì phải để: « *Hải nhai lão thơ sanh tánh Phan chi cửu.* »
>
> 柩 之 潘 姓 生 書 老 涯 海
>
> Lúc ấy có một người trong thân quyến của ngài thấy ngài bảo để tấm Minh-sanh như vậy, thì thưa rằng: «sao ngài không để các tước phẩm của ngài trên tấm Minh-sanh đặng cho người ta biết?» thì ngài đáp rằng: « Những bạng thường nhơn thì hay muốn cầu chúc khoe danh là một sự vinh ở đời, song ta dày sự ấy là một sự rất hổ hang để tiện. Và lại cái mạng sống nầy ta còn chẳng cần, huống chi là một cái gia tài sự nghiệp rất qui báu, chúng bây phải gìn giữ mà học hành làm ăn, song đừng làm một chức quan quyền chi hết, anh em phải ở với nhau cho thuận hòa, và phải thương mến quê-hương và thân tộc họ hàng là đều thứ nhứt.
>
> Từ ngày ngài tuyệt cốc nhịn đói tới 17 ngày mà không chết, thì ngài hòa một chén á-phiện và đứng dậy trở mặt về hướng Bắc lạy vua năm lạy rồi ngồi xếp bằng, tay bưng chén thuốc độc mà uống, chừng ấy ngó lại quê-hương, đau lòng cố-quốc, thì ngài rưng rưng hai hàng nước mắt mà chết.
>
> Khi ngài chết nhằm ngày mùng năm, tháng bảy, năm Đinh-mão (1867). Các quan Annam cùng các quan Đại-pháp đến thăm thì ai ai cũng đều sa nước mắt.
>
> Trong khi đem linh-cửu ngài về làng Bảo-thạnh thì các quan lớn nhỏ và thân bằng cố hữu trong lục-tỉnh đều có đến đưa và bịch khăn tang cho ngài ước có dư muôn người; ai ai cũng đều thương tiếc ngài là một người trung hiếu hưởng toàn.
>
> Sau khi ngài mất rồi, thì quan Nguyên-soái de Lagrandière có gởi cho người con trai đầu lòng của ngài là ông Phan-Hương một cái thơ điếu tang như vầy:

Sau ông Thái Hữu Võ, ông Phan Văn Hùm, một người trong gia đình và cũng là một học giả, cũng đã viết rõ ràng như vậy trong cuốn *Nỗi Lòng Đồ Chiểu*:

"Khi lâm chung, Phan Thanh Giản có trối lại người nhà, bảo chỉ nên đề chín chữ trên minh sanh mà thôi, là 'Hải nhai lão thơ sanh tánh Phan chi cửu'; lòng son là dịch ở chữ đan-tâm. Có *người chép là 'lòng con' thì sai".*³⁹

Dưới đây là hình chụp đoạn văn trên trong trang 51 của cuốn *Nỗi Lòng Đồ Chiểu*

> Dàu dàu mây bạc cõi Ngao-châu (1)
> Ba triều công-cán vài hàng sớ (2)
> Sáu tỉnh cương-thường một gánh thâu.
> Trạm bắc ngày chiều tin điệp vắng,
> Thành nam đêm quạnh tiếng quyên sầu.
> Minh-sanh chín chữ lòng son tạc (3)
> Trời đất từ đây mặc gió thu (4)
> (Chép theo NGUYỄN-ĐÌNH CHIỂM)
>
> Lịch-sĩ tam triều độc-khiết thân,
> Vì quân nam bảo nhất phương dân.
> Long-hồ ninh phụ thơ sanh lão,
> Phụng-các không qui học-sĩ thần.
> Bỉnh tiết tằng lao, sanh Phú Bặc,
> Tận trung hà hận, tử Trương Tuần (5)
> Hữu thiên ! Lục tỉnh tồn vong sự (6)
>
> (1) Ngao-châu là bãi Ngao, chỗ Phan Thanh Giản ở. Mây bạc là lấy nghĩa ở câu sách Trang-tử : « Thừa bỉ bạch-vân, chí vu đế hương » nghĩa là : cỡi đám mây trắng kia đến tận chỗ Thiên-đế ngự, tức là nói người chết.
> (2) Phan Thanh Giản làm quan trải ba triều Minh-mạng, Thiệu-trị, Tự-đức.
> (3) Khi lâm-chung Phan Thanh Giản có trối lại người nhà, bảo chỉ nên đề chín chữ trên minh-sanh mà thôi, là : « Hải nhai lão thơ-sanh tánh Phan chi cửu » ; lòng son là dịch ở chữ đan-tâm. Có người chép là « lòng con » thì sai.
> (4) Gió thu, là dịch chữ thu phong. Thu thuộc kim, tây cũng thuộc kim. Như thế gió thu cũng nghĩa là gió tây.
> (5) Phú Bặc, Trương Tuần, là hai người tôi trung đời xưa.
> (6) Câu này nghĩa là : về sự Lục tỉnh mất còn, vẫn có trời ở trong.
>
> 51

Sau cùng, trong cuốn *Vĩnh Long Nhơn Vật Chí*, hai tác giả là ông Nguyễn Văn Dần và Lê Văn Bền, người đồng hương Vĩnh Long và biết rõ về đám ma Phan Thanh Giản, đã viết như sau trong

---

³⁹ Phan Văn Hùm. Nỗi Lòng Đồ Chiểu. Sài Gòn, Tân Việt 1957, p. 51. Ông Phan Văn Hùm chỉ ra luôn cái sai của ông Lâm Tấn Phác khi chép là "lòng con" thay vì "lòng son" trong tờ *Nam Phong*.

trang 19 (với hình chụp dưới đây) về lá minh tinh hay tấm triệu của Phan Thanh Giản:

"... đề như vầy: HẢI NHAI LẢO THƠ SANH TÁNH PHAN CHI CỬU". Ngoài ra, hai tác giả còn ghi nhận ... *"Tại mộ có tấm mộ bia đề như vầy: LƯƠNG KHÊ PHAN LẢO NÔNG CHI MỘ"*.⁴⁰

Như vậy, tất cả các tài liệu xưa và khả tín nói trên đều cho biết rằng **lúc lâm chung**, Phan Thanh Giản đã trối lại với con cháu rất rõ, rằng chỉ được đề **chín chữ** trên lá minh tinh mà thôi. Và

---

⁴⁰ *Vĩnh Long Nhơn Vật Chí*, Vĩnh Long Tương Tế Hội, Imprimerie J. Viết, 1925, p. 19. Cuốn này còn chi tiết đến mức cho biết sau khi chôn cất thì có hai người giữ mộ là Phan-Đôn Hậu và Phan-Đôn-Khải.

đó là chín chữ **"Hải nhai lảo thơ sanh tánh Phan chi cửu"**. Không có hai chữ "Đại Nam" như trong mảnh hoa tiên mà ông Lê Thọ Xuân kiếm ra.

Đó thật sự là chín chữ đã được ghi trong lá minh tinh của Phan Thanh Giản. Và đó cũng là chín chữ mà Nguyễn Đình Chiểu đã "nghe biết", bởi lá minh tinh thì đương nhiên là có nhiều người thấy và từ đó mới kể lại cho Nguyễn Đình Chiểu (vì nhà thơ do bị mù nên không thể "thấy" lá minh tinh được). Rồi từ đó mà Nguyễn Đình Chiểu đã đưa "chín chữ" vào câu thơ của ông.

Chứ không phải là 11 chữ như trong mảnh hoa tiên nằm trong rương giấy tờ mà ông Lê Thọ Xuân đã tìm ra, rồi từ đó mới đặt nghi vấn rằng lá minh tinh đúng lý phải có 11 chữ mới 'hợp lễ", và Nguyễn Đình Chiểu có thể đã viết sai thành ra 9 chữ. Câu thơ "minh tinh chín chữ" của Nguyễn Đình Chiểu chỉ trở thành có vấn đề từ năm 1944, do mục đích của ông Lê Thọ Xuân muốn nhấn mạnh sự quan trọng của mảnh hoa tiên mà ông tìm ra!

Bởi như các tài liệu đã dẫn cho thấy, chín chữ đó mới chính là "lời trối" thật sự lúc lâm chung của Phan Thanh Giản, chứ không phải là 11 chữ như trong mảnh hoa tiên. Tức là vì lý do gì đó mà Phan Thanh Giản đã quyết định không cho đề hai chữ "Đại Nam" trong lá minh tinh của ông, như ông đã từng viết trong mảnh hoa tiên. Bởi không có lý do gì khiến cho con cháu Phan Thanh Giản lại không làm đúng như ước nguyện của ông trước lúc lâm chung. Nói rằng người Pháp không cho đề hai chữ Đại Nam trong lá minh tinh thì lại càng vô lý hơn nữa, khi xét đến sự kính trọng mà họ dành cho ông.

Vì đó chỉ là một lá minh tinh, hay một tấm triệu, vậy thôi. Ngay chính Phan Thanh Giản cũng đã cho rằng nó không cần thiết và kêu hãy bỏ đi. Nhưng tới phút chót, ông lại dặn là chỉ đề 9 chữ như trên mà thôi. Và rõ ràng là con cháu nhà họ Phan đã theo lời mà viết đúng như thế. Để sau cùng Nguyễn Đình Chiểu cũng đã thuật lại đúng như thế trong câu thơ; là lá minh tinh chỉ có chín chữ.

Nhưng đó không phải là vì những người này không biết "lễ", như ông Lê Thọ Xuân nghĩ. Mà là vì họ, cũng như Phan Thanh Giản, đã không chấp nhất đến cái "lễ" theo Phật Giáo (Đại Thừa) pha trộn tín ngưỡng dân gian này. Bởi chính trong mảnh hoa tiên thì Phan Thanh Giản đã viết trước nhất rằng "Minh tinh thỉnh tỉnh" tức là xin bỏ cái nghi lễ viết minh sanh này đi. Là một nho sĩ, ta có thể suy ra rằng ông không câu nệ về cách đếm chữ "Quỉ Khốc Linh Thính" nói trên. Ông viết ra 11 chữ có thể là do thói quen, theo thông lệ, hoặc có thể hoàn toàn do ngẫu nhiên. Rồi khi sắp chết, nếu ông thay đổi ý kiến và dặn con cháu chỉ viết chín chữ mà thôi, khi bỏ đi hai chữ "Đại Nam", có thể là vì ông không muốn làm nhục cho đấng "quân phụ". Nhưng rõ ràng là Phan Thanh Giản không hề kiêng ky theo cách đếm chữ "Quỉ Khốc Linh Thính".

Tóm lại, nếu như tất cả các tài liệu đều nói rằng lá minh tinh của Phan Thanh Giản chỉ có chín chữ, và Nguyễn Đình Chiểu đã viết "chín chữ" trong câu thơ, là do ông đã nghe lại được như vậy từ những người thấy lá minh tinh tại đám tang Phan Thanh Giản. Và đó là điều mà ta có thể suy ra, dựa trên các tài liệu này. Chứ chắc chắn là Nguyễn Đình Chiểu không hề và không thể "nghe biết" về "lời trối" nhờ đọc được trong mảnh hoa tiên, hay trong "di chúc" của Phan Thanh Giản như ông Trần Khuê tuyên bố, để từ đó mà cố tình "chơi chữ" và cắt bớt đi hai chữ để rủa Phan Thanh Giản là "quỷ".

Mà như vậy thì Nguyễn Đình Chiểu đã viết đúng sự thật, là lá minh tinh của Phan Thanh Giản chỉ có chín chữ. Chứ ông không hề "chơi chữ" theo kiểu này của ông Trần Khuê. Ông không hề cắt bỏ chữ nào hết, mà ông đã viết lại đúng như những gì mà ông nghe thấy.

Như đã nói, vì ông Lê Thọ Xuân cố tình quảng cáo cho cái tài liệu về "lời trối" trên mảnh hoa tiên của Phan Thanh Giản do ông tìm ra, nên ông mới phải giả định rằng lá minh tinh thật sự phải có 11 chữ giống như "lời trối", mặc dù nó khác với lời người đời thường nói. Điều này có thể thông cảm được.

Nhưng khi ông Trần Khuê cho rằng Nguyễn Đình Chiểu vì cố tình mắng chửi Phan Thanh Giản nên đã cố ý cắt bớt đi hai chữ làm cho khác hẳn với "di chúc" của Phan Thanh Giản, và cho rằng Nguyễn Đình Chiểu chắc chắn đã biết về cái "di chúc" này, thì ông Trần Khuê quả tình đã bị hố quá nặng!

Bởi cái "di chúc" này mà ông Trần Khuê biết được là nhờ công ông Lê Thọ Xuân đã móc nó ra từ cái rương giấy tờ của Phan Thanh Giản sau cái chết của ông mấy mươi năm, chứ chẳng có các "nhà nho đương thời" nào mà biết về mảnh hoa tiên vốn là vật trong gia đình này. Cái mà họ cũng như Nguyễn Đình Chiểu biết được chính là những gì viết trong lá minh tinh. Và đó là chín chữ như tất cả các tài liệu đều cho biết, chứ không phải là 11 chữ như "lời trối" trong mảnh hoa tiên.

Nhưng ông Trần Khuê thì vì muốn gán cho Nguyễn Đình Chiểu việc cố tình cắt bớt hai chữ để mắng Phan Thanh Giản, nên đã phải bịa đặt ra việc Nguyễn Đình Chiểu cũng như các nhà nho khác đều "nghe biết" về cái "di chúc" này. Trong khi đối chiếu với bài viết của người tìm ra nó là ông Lê Thọ Xuân thì ta thấy rằng vốn không ai biết về cái di chúc đó cả, cho tới khi ông Lê Thọ Xuân tìm ra nó mấy mươi năm sau, rồi từ đó mới đặt ra vấn đề. Vậy thì làm sao mà Nguyễn Đình Chiểu có thể biết về 11 chữ này, để rồi cố tình "cắt đi hai chữ" nhằm mắng xéo Phan Thanh Giản là chết đi thì thành "quỷ", như ông Trần Khuê tuyên bố?

Nghĩa là một lần nữa, do cầm nhầm ý tưởng của người khác mà lại cố tình bịa đặt thêm lên cho phù hợp với ý đồ bôi nhọ của mình, nên ông Trần Khuê đã bị sa lầy rất nặng.

3. Ý Chính Của Câu Thơ: Lòng Son Tạc

Như vậy, bài viết của ông Trần Khuê tưởng chừng như đã giới thiệu với người đọc một khám phá hay một cái nhìn mới về bài thơ Nôm điếu Phan Thanh Giản của Nguyễn Đình Chiểu; với vấn đề "minh tinh chín chữ". Nhưng thật ra đó chỉ là một sự cố tình sang đoạt ý kiến và tài liệu của ông Lê Thọ Xuân. Và trong khi ông Lê Thọ Xuân chỉ nêu ra một thắc mắc với mục đích quảng cáo cho tài liệu của ông, thì ông Trần Khuê trong ý đồ nhục mạ Phan Thanh Giản đã gán cho Nguyễn Đình Chiểu việc cố tình chửi xéo Phan Thanh Giản là khi chết đi chỉ có thể thành "quỷ".

Mà điều cần chú ý là mặc dù cả hai đều nêu lên vấn đề về lá minh tinh trong câu thơ "minh tinh chín chữ lòng son tạc", nhưng ông Lê Thọ Xuân chỉ có thắc mắc về "minh tinh chín chữ" mà hoàn toàn không phải giải thích gì hết về phần còn lại, cũng chính là **phần quan trọng nhất của câu thơ, ba chữ "lòng son tạc"**. Bởi ông Lê Thọ Xuân không hề có ý cho rằng Nguyễn Đình Chiểu muốn châm biếm Phan Thanh Giản qua câu thơ này, và cũng vì câu thơ này rõ ràng là một lời khen ngợi.

Chỉ có những kẻ có ác ý như ông Trần Khuê mới bẻ cong sự thật này đi để nhục mạ Phan Thanh Giản như đã nói. Nhưng do đó mà ông Trần Khuê bắt buộc phải giải thích phần "lòng son tạc" của câu, vì tự ba chữ này đã nói lên một sự kính phục, không thể nói khác hơn bằng cách nào được cả.

Và do đó nên ông Trần Khuê đương nhiên là phải né tránh không nói gì hết về ba chữ quan trọng nhất trong câu thơ này. Trong khi bất cứ một người đọc bình thường nào cũng phải thấy rằng câu thơ đó của Nguyễn Đình Chiểu không phải quan trọng ở việc diễn tả lá minh tinh của Phan Thanh Giản có bao nhiêu chữ, và nó hợp lễ hay không, hay nó có đúng sự thật hay không. Mà sự quan trọng hay ý nghĩa chính của cả câu thơ, và có thể nói trong cả bài thơ, nằm trong ba chữ "lòng son tạc".

Lòng son, tức "đan tâm", là nói đến lòng trung nghĩa. Và Nguyễn Đình Chiểu chắc chắn đã mượn ý niệm đó từ bài thơ sau đây của Văn Thiên Tường, tác giả của bài "Chính Khí Ca" mà Nguyễn Đình Chiểu đã từng mượn ý để đưa vào tác phẩm *Ngư Tiều Vấn Đáp Y Thuật*:

Quá Linh Đinh dương

Tân khổ tao phùng khởi nhất kinh,
Can qua liêu lạc tứ chu tinh.
Sơn hà phá toái phong phiêu nhứ,
Thân thế phù trầm vũ đả bình.
Hoàng Khủng than đầu thuyết hoàng khủng,
Linh Đinh dương lý thán linh đinh.

Nhân sinh tự cổ thùy vô tử,
Lưu thủ đan tâm chiếu hãn thanh.[41]

Hai câu thơ cuối nói rằng đời người ta ai mà không chết, nhưng cái để lại là tấm lòng son trong sử xanh. Và đối với Nguyễn Đình Chiểu, cái chết trong sự "tận trung" của Phan Thanh Giản đã nói lên tấm lòng son này. Do đó, lá minh tinh dù chỉ có chín chữ khiêm nhường có thể chẳng nói lên điều gì cả (lão thư sinh họ Phan ở góc biển), nhưng tấm lòng son trung quân ái quốc của ông thì đã được sử xanh ghi tạc.

Và tấm lòng son của Phan Thanh Giản đã được Nguyễn Đình Chiểu ghi tạc, chẳng phải chỉ trong bài thơ này thôi, mà còn được ông lặp lại mấy lần nữa trong 10 bài liên hoàn Điếu Phan Công Tòng (mà người viết sẽ trình bày trong phần sau).

Và tấm lòng son đó của Phan Thanh Giản cũng đã được những vị quan đương thời nhắc đến, như trong câu đối sau đây của Án Sát Phạm Hữu (Viết) Chánh:

Số hàng di biểu lưu thiên địa
Nhất phiến đan tâm phó sử thơ

---

[41] https://www.thivien.net/V%C4%83n-Thi%C3%AAn-T%C6%B0%E1%BB%9Dng/Qu%C3%A1-Linh-%C4%90inh-d%C6%B0%C6%A1ng/poem-D8D8QmZthG_BzE_T5fQbdA

Do đó, khi ông Lê Thọ Xuân nêu lên thắc mắc về câu *Minh tinh chín chữ lòng son tạc* thì ông chỉ nói đến vấn đề là "minh tinh chín chữ" có hợp "lễ" và đúng theo mảnh hoa tiên có "lời trối" của Phan Thanh Giản hay không mà thôi. Chứ ông Lê Thọ Xuân không hề, và chắc chắn là không bao giờ, nghi ngờ gì đến ý tứ của Nguyễn Đình Chiểu trong câu thơ, là ngợi khen lòng trung nghĩa của Phan Thanh Giản.

Trong khi đó thì ông Trần Khuê với mục đích bôi nhọ Phan Thanh Giản và cần phải chứng minh rằng Nguyễn Đình Chiểu muốn hạ nhục Phan Thanh Giản, đã vớ lấy cái thắc mắc này của ông Lê Thọ Xuân và uốn éo cho thành một cách châm biếm thóa mạ, dựa trên cái "quy ước của người xưa" về cách đếm chữ "Quỉ Khốc Linh Thính".

Nhưng khổ thay, câu thơ này ngoài "minh tinh chín chữ", lại còn có "lòng son tạc". Và như người viết đã giải thích, đó mới chính là ý của Nguyễn Đình Chiểu trong câu, để khen ngợi lòng trung nghĩa của Phan Thanh Giản.

Cho nên nếu muốn bẻ cong phần "minh tinh chín chữ" thành một lời nguyền rủa như ông Trần Khuê đã làm, thì làm sao không thể không nói đến phần "lòng son tạc"? Làm sao không phải giải thích lý do tại sao ý nghĩa của nó lại ngược với phần "minh tinh chín chữ" theo kiểu xuyên tạc của ông ta? Bởi rõ ràng cả hai phần đều nằm trong cùng một câu thơ chỉ có 7 chữ.

Và ông Trần Khuê cho thấy rằng ông rất muốn lờ đi phần "lòng son tạc" trong câu, do ông không thể vặn vẹo giải nghĩa theo cách nào khác được về ba chữ này. Thế nên ông đã dùng một chiêu thức khá thô thiển là tung hỏa mù, bằng cách mượn lời của một tác giả tên Hòa Lạc mà ông dẫn ra như sau:

"Trong 11 chữ (Hán) ấy thì "lão thư sinh" là chủ thể; "lòng son" là một lời khen, nhưng khen Phan trong tư cách là "lão thư sinh" (sic)

Nghĩa là ông Trần Khuê giả bộ như không biết rằng hai chữ "lòng son" nằm ngay trong câu "minh tinh chín chữ lòng son tạc" để ngợi khen Phan Thanh Giản, nên ông mượn lời của ông Hòa Lạc nào đó nói bậy bạ rằng hai chữ này nằm trong "11 chữ Hán ấy", tức là trong "lời trối" của Phan Thanh Giản! Ông Trần Khuê làm như người đọc không biết hai chữ đó nằm ở đâu!

Và ông Hòa Lạc kia thì giải thích một cách không ai hiểu ông nói gì, rằng *"lòng son" là một lời khen, nhưng khen Phan trong tư cách là "lão thư sinh".*

Rồi sau cùng, khi đã giải thích dông dài về "minh tinh chín chữ" và "Quỉ Khốc Linh Thính" thì ông Trần Khuê mới kết luận một cách ỡm ờ theo dạng câu hỏi mà rõ ràng là để né tránh khỏi phải bàn luận về "lòng son tạc":

Đã hạ *"chín chữ"*, nghĩa là Cụ đã dừng lại ở một chữ tối kỵ: chữ **Quỷ**, vậy mấy chữ *"lòng son tạc"* còn có nghĩa gì? Ca tụng hay mỉa mai?

Tóm lại, vì không thể giải thích cho xuôi cụm từ "lòng son tạc" mà Nguyễn Đình Chiểu đã trân trọng để trong câu thơ nhằm ngợi khen lòng trung nghĩa của Phan Thanh Giản, nên ông Trần Khuê đã viết và dẫn chứng loạn xạ như trên, với hy vọng làm cho người đọc chán ngán mà không thèm để ý ông nói gì nữa.

Nhưng như bạn đọc sẽ thấy, ba chữ "lòng son tạc" lại chính là ý niệm mà Nguyễn Đình Chiểu luôn luôn sử dụng để nói về Phan Thanh Giản. Chẳng những trong câu thơ này thôi, mà trong 10 bài thơ Điếu Phan Tòng, ta sẽ gặp lại ý niệm đó.

4. Tóm Tắt Vấn Đề "Minh Tinh Chín Chữ"

Tóm lại, ông Lê Thọ Xuân vào năm 1944 đã đưa ra một thắc mắc dựa trên mảnh hoa tiên mà ông tìm được từ con cháu nhà họ Phan. Theo đó, Phan Thanh Giản viết rằng lá minh tinh xin bỏ, còn nếu không thì nên đề 11 chữ. Và ông Lê Thọ Xuân đã bằng một cách gián tiếp cho rằng như vậy mới là đúng theo lễ viết minh tinh; do đó, câu thơ của Nguyễn Đình Chiểu để điếu Phan Thanh Giản mà viết rằng "minh tinh chín chữ", là không "hợp lễ" hay không chính xác. Có thể thấy rằng ông Lê Thọ

Xuân đã đưa ra vấn đề như trên là để nhấn mạnh về tầm quan trọng của mảnh hoa tiên mà ông cho là chứa đựng "lời trối" của Phan Thanh Giản.

Tuy vậy, ông Lê Thọ Xuân lại không hề nói thẳng ra rằng Nguyễn Đình Chiểu đã viết sai với "lời trối" và lá minh tinh của Phan Thanh Giản, khi viết ra câu thơ *Minh tinh chín chữ lòng son tạc.* Mà ông chỉ viết một cách lơ lửng nửa vời rằng viết như vậy là "không hợp lễ" về cách viết minh tinh, là phải theo cách đếm chữ "Quỉ Khốc Linh Thính".

Nhưng ông Trần Khuê vào năm 1994 đã ngang nhiên chiếm đoạt cái thắc mắc này của ông Lê Thọ Xuân trong mục đích bôi nhọ Phan Thanh Giản; để hợp với chủ trương cho rằng Phan Thanh Giản đã bán nước, đầu hàng. Đó cũng là chủ trương mà ông Trần Nghĩa đã từng nêu lên trước đó vào năm 1972, khi bài thơ chữ Hán đã được ông giải thích thành một lời chê trách. Và ông Trần Khuê đã làm theo sự gợi ý của ông Trần Nghĩa, rằng bài thơ Nôm của Nguyễn Đình Chiểu có thể cũng không phải khen ngợi Phan Thanh Giản, giống như bài thơ chữ Hán mà ông Trần Nghĩa đã giảng giải.

Nhưng ông Trần Khuê còn đi xa hơn một bước nữa, khi ông gán cho Nguyễn Đình Chiểu sự cố tình viết chỉ có "chín chữ" trong câu thơ để chửi xéo Phan Thanh Giản là "quỷ". Với cách trình bày vấn đề một cách rối rắm, ông Trần Khuê đã đánh đồng ý nghĩa và giá trị câu thơ của Nguyễn Đình Chiểu với lá minh tinh, làm cho người đọc nghĩ rằng chính Nguyễn Đình Chiểu đã cố tình cắt bớt hai chữ trong lá minh tinh để chửi xéo Phan Thanh Giản là chết đi thì chỉ có thể thành "quỷ".

Nghĩa là ông Trần Khuê đã mượn một sự thắc mắc của ông Lê Thọ Xuân từ năm 1944 rằng câu thơ của Nguyễn Đình Chiểu có thể không chính xác với lá minh tinh hay "lời trối" của Phan Thanh Giản, để quay sang kết luận rằng Nguyễn Đình Chiểu đã cố tình làm như vậy để chửi xéo Phan Thanh Giản.

Nhưng vì có mục đích bôi nhọ Phan Thanh Giản - khác hẳn với mục đích giới thiệu tài liệu của ông Lê Thọ Xuân - nên những sự sai lầm của ông Lê Thọ Xuân càng có thể được thấy rõ hơn ở ông Trần Khuê. Trong khi ông Lê Thọ Xuân chỉ gợi ý rằng câu thơ của Nguyễn Đình Chiểu có thể sai với thực tế và với tài liệu do ông kiếm ra, thì ông Trần Khuê vì cần chứng minh rằng Nguyễn Đình Chiểu muốn chửi xéo Phan Thanh Giản nên chẳng những phải theo những cái sai của ông Lê Thọ Xuân, mà còn phải khẳng định những cái sai đó nhiều hơn nữa, nhằm cho thấy sự cố tình của Nguyễn Đình Chiểu.

Và có đến ba sự sai lầm rõ rệt nhất về phần "minh tinh chín chữ" trong câu thơ.

Trước nhất, Nguyễn Đình Chiểu là một nhà thơ, không phải là người viết minh tinh, nên chẳng cần gì phải viết cho đúng cái "lễ" viết minh tinh theo kiểu đếm chữ "Quỉ Khốc Linh Thính". Thế nhưng vì cần chứng minh rằng Nguyễn Đình Chiểu đã cố ý chửi rủa Phan Thanh Giản, nên ông Trần Khuê phải nói rằng Nguyễn Đình Chiểu đã cố tình "cắt bớt" hai chữ trong lá minh tinh.

Kế đến, cái "lễ" viết minh tinh theo kiểu đếm chữ "Quỉ Khốc Linh Thính" này là một nghi lễ Phật Giáo. Trong khi cả hai ông Phan Thanh Giản và Nguyễn Đình Chiểu đều là nho sĩ; do đó, việc họ không tôn trọng nghi lễ Phật Giáo như cách viết minh tinh là điều có thể thấy được: qua chính "lời trối" của Phan Thanh Giản. Nhưng do ông Trần Khuê không hề biết rằng đó là nghi lễ Phật Giáo, nên khi cầm nhầm ý của ông Lê Thọ Xuân và mượn luôn cả biểu đồ Quỉ Khốc Linh Thính của ông Lê Thọ Xuân để chứng minh rằng Nguyễn Đình Chiểu cố tình mắng Phan Thanh Giản; thì ông Trần Khuê lại cần phải sửa từ "lễ" thành "quy ước của người xưa", rồi quả quyết cho rằng một bậc "túc nho" như Nguyễn Đình Chiểu không thể phạm phải lỗi lầm này. Nếu ông Trần Khuê biết rằng đó là một nghi lễ Phật Giáo, và nếu ông có đọc những tác phẩm của chính Nguyễn Đình Chiểu viết về Phật Giáo và nghi lễ Phật Giáo như trong *Ngư Tiều và Dương Từ Hà Mậu*, thì chắc chắn ông đã không dám có cái sáng kiến như trên để phục vụ cho ý đồ hạ nhục Phan Thanh Giản.

Sau cùng, vấn đề "chín chữ" mà ông Lê Thọ Xuân đưa ra thật sự chẳng phải là một vấn đề chi cả, bởi lá minh tinh của Phan

Thanh Giản thật tình quả có chín chữ, và Nguyễn Đình Chiểu đã viết y hệt sự thật đó, như các tài liệu cho thấy. Nhưng để chứng minh rằng Nguyễn Đình Chiểu đã cố tình chửi rủa Phan Thanh Giản thì ông Trần Khuê lại phải nói rằng lá minh tinh có 11 chữ giống như "lời trối", và Nguyễn Đình Chiểu đã "nghe biết" về lá minh tinh cũng như "lời trối" có 11 chữ này của Phan Thanh Giản. Hơn nữa, ông Trần Khuê còn phải cho rằng Nguyễn Đình Chiểu dù biết như vậy nhưng vẫn cố tình bỏ đi hai chữ trong lời trối; để từ đó cho thấy cái ý của ông là muốn mắng Phan Thanh Giản chết đi sẽ thành "quỷ" theo cách đếm "Quỉ Khốc Linh Thính". Và do đó, ông Trần Khuê đã phải sáng chế ra chữ "di chúc" để gọi tài liệu mảnh hoa tiên có chứa "lời trối" của Phan Thanh Giản mà ông Lê Thọ Xuân đưa ra hồi năm 1944. Chẳng những vậy không thôi, mà ông Trần Khuê còn phải bịa ra rằng Nguyễn Đình Chiểu cũng như các nhà nho đương thời đều biết rõ về cái "di chúc" này. Trong khi ông Lê Thọ Xuân đã chứng minh cho mọi người thấy rằng chỉ nhờ có ông nên cái tài liệu "lời trối" nói trên mới được phơi ra ánh sáng.

Tóm lại, vì ông Trần Khuê đã làm một việc không mấy lương thiện là mượn ý và tài liệu của ông Lê Thọ Xuân về câu "minh tinh chín chữ" để sửa ra thành một lời Nguyễn Đình Chiểu cố tình sử dụng để thóa mạ Phan Thanh Giản; cho nên khi ông Lê Thọ Xuân sai, thì cái sai của ông Trần Khuê càng rõ ràng hơn và càng tệ hại hơn.

Và có thể thấy rằng đây là một vấn đề rất nhảm nhí và rất dễ dàng bác bỏ, như người viết đã trình bày ở trên. Thế nhưng vì khó lòng kiếm được bất cứ một bằng chứng nào để bêu xấu Phan Thanh Giản; cho nên để học hỏi theo ông Trần Huy Liệu đã từng sáng tạo ra câu "Phan Lâm mãi quốc, triều đình khí dân", ông Trần Nghĩa đã từng sửa "khiết thân" thành "khí thân", ông Trần Khuê cũng đã chế tạo ra những thứ như "quy ước của người xưa" và "di chúc" khi giảng giải về "chín chữ", để đi đến kết luận rằng Nguyễn Đình Chiểu đã chửi xéo Phan Thanh Giản.

Trong khi ý nghĩa chính của câu thơ là ba chữ "lòng son tạc" thì ông Trần Khuê chẳng hề dám đụng tới.

C. PHẠM THỊ HẢO:
"Viết Về Phan Thanh Giản Nhà Thơ Nguyễn Đình Chiểu Đã Dùng Bút Pháp Xuân Thu" - Tuần Báo Văn Nghệ TPHCM, 2017

Một điểm chung của các tác giả viết về hai bài thơ của Nguyễn Đình Chiểu điếu Phan Thanh Giản và cho rằng Nguyễn Đình Chiểu đã phê phán chứ không phải ngợi khen Phan Thanh Giản là họ luôn luôn lặp lại ý tưởng của người đi trước, nhưng lại không hề dẫn nguồn. Và có thể thấy rằng do sự thiếu thốn bằng chứng để kết tội Phan Thanh Giản, nên các tác giả đó đã tiếp tục đem những "lý luận" của những người đi trước ra xài đi xài lại, bất cứ khi nào có thảo luận gì về Phan Thanh Giản và Nguyễn Đình Chiểu.

Điển hình là bài viết sau đây của bà Phạm Thị Hảo, trong đó bà đã lặp lại ý của ông Trần Nghĩa về Phú Bật và Trương Tuần, cũng như ý của ông Trần Khuê (từ Lê Thọ Xuân) về câu "minh tinh chín chữ". Nhưng trong khi ông Trần Nghĩa còn có chút lương thiện nên đã chỉ sử dụng một phiên bản cũ nhằm giải thích theo hướng của mình, ông Trần Khuê cầm nhầm một thắc mắc tương đối có cơ sở của ông Lê Thọ Xuân, thì bà Phạm Thị Hảo lại rất trắng trợn khi gán cho Nguyễn Đình Chiểu cái mà bà gọi là "Bút Pháp Xuân Thu" theo kiểu giải thích của bà. Và đó chính là kiểu nói một đằng nhưng phải hiểu một nẻo. Ngoài ra, bà Phạm Thị Hảo còn không hề ngần ngại khi cần phải ngụy tạo lịch sử cho phù hợp với cái "Bút Pháp Xuân Thu" nói trên của bà; khi bà giải thích về hai bài thơ của Nguyễn Đình Chiểu điếu Phan Thanh Giản theo chiều ngược lại với lẽ thông thường.

Và điều đáng nói là bài viết của bà Phạm Thị Hảo lại được đem ra để dẫn chứng rất gần đây, khi Nguyễn Đình Chiểu được UNESCO thông qua hồ sơ kỷ niệm 200 năm ngày sinh của nhà thơ. Trên tờ *Tiền Phong*, tác giả Xuân Ba đã cực lực ngợi khen sự "khám phá" của bà Phạm Thị Hảo rằng Nguyễn Đình Chiểu đã sử dụng "Bút Pháp Xuân Thu" trong hai bài thơ trên.[42]

Hãy đọc dưới đây toàn văn bài viết của bà Phạm Thị Hảo vào năm 2017 trên tờ Tuần Báo Văn Nghệ Thành Phố Hồ Chí Minh:

Viết về Phan Thanh Giản nhà thơ Nguyễn Đình Chiểu đã dùng bút pháp Xuân Thu

26/08/2017

Trong lý luận văn nghệ cổ đại Trung Quốc có thuật ngữ "Bút pháp Xuân Thu" tức là văn chương viết theo lối của Khổng Tử trong bộ Kinh "Xuân Thu", hàm súc, ngắn gọn, dùng chữ nghĩa thâm thúy thể hiện sự khen chê (xưa gọi là bao biếm) đối với

---

[42] Xuân Ba, Thêm Một Chiều Kích Thâm Hậu, *Tiền Phong*, 28/11/2021 https://tienphong.vn/them-mot-chieu-kich-tham-hau-post1396470.tpo?fbclid=IwAR0-QJBjiINPH_-UpZfq9Sp4nieqJAlzHd8QypKFj1GG1QuxJi2t5hGMgfg

một nhân vật hoặc một sự kiện nào đó.

Nhà thơ Nguyễn Đình Chiểu đã chủ trương dùng "Bút pháp Xuân Thu" trong sáng tác của mình: "Học theo ngòi bút chí công/ Trong thơ có ngụ tấm lòng Xuân Thu" (Lục Vân Tiên). Và ông đã vận dụng nhất quán tinh thần đó trong các tác phẩm tiêu biểu. Chỉ tìm hiểu 2 bài thơ của ông điếu Phan Thanh Giản, có thể thấy điểm này thể hiện rõ ràng.

Bài thứ nhất viết bằng chữ Hán:

Lịch sĩ tam triều độc khiết thân
Phi công thùy tản nhất phương dân
Long Hồ uổng phụ thư sinh lão
Phụng Các không vi học sĩ thần
Bỉnh tiết tần lao sinh Phú Bật
Tận trung hà hận tử Trương Tuần
Hữu thiên lục tỉnh tồn vong sự
An (nan) đắc thung dung tựu nghĩa thần.

Hai câu thơ đầu là lời chân thành mến phục:

Làm quan trải ba triều vua, ông vẫn riêng mình giữ được tấm thân trong sạch.

Không có ông thì ai là người che chở cho cả một phương dân chúng.

Là nhà thơ tích cực luôn ưu thời mẫn thế, yêu nước thương dân, tất nhiên Nguyễn Đình Chiểu tán thưởng và kính phục đạo đức, công lao của Phan Thanh Giản. Sức nặng của chữ nghĩa: lịch sĩ, độc khiết thân, phi công, thùy tản cho thấy một sự đánh giá cao và chân thành.

Bút pháp Xuân Thu bắt đầu phát huy tác dụng ở hai câu 3, 4:

Long Hồ uổng phụ thư sinh lão
Phụng Các không vi học sĩ thần.

Ở Long Hồ (nơi quê hương), ông đã uổng phụ cái chí làm người học trò già
Nơi Phụng Các (chốn làm quan) ông đã làm một cách hão người bề tôi học sĩ.

Hai Cụm từ "uổng phụ" (phụ bỏ uổng phí) và "không vi" (làm một cách vô ích, làm hão, chẳng tích sự gì) là sự phiền trách, xót tiếc nặng nề biết bao.

Phan Thanh Giản từng tự xưng là "thư sinh lão", là người học trò già lương thiện, khiêm nhường, nhưng với việc làm của ông dâng đất dâng thành cho giặc chứng tỏ ông đã "uổng phụ" cái chí thanh cao đó. Việc làm của ông đã phủ định tài năng "học sĩ thần" của ông.

Đến câu 5, 6 thì càng uẩn áo hơn:

Bỉnh tiết tần lao, sinh Phú Bật
Tận trung hà hận, tử Trương Tuần

Bút pháp Xuân Thu cho thấy ở đây 2 tầng ý nghĩa:

Mới đọc, có thể hiểu là sự đánh giá rất cao:

Cầm cờ tiết đi sứ, nhiều phen vất vả, sống như Phú Bật
Tận lòng trung, còn gì phải hận, chết như Trương Tuần.

Nhưng người đọc nào có hiểu biết về 2 nhân vật Phú Bật đời Tống và Trương Tuần đời Đường sẽ thấy đây là một sự so sánh phản diện, hàm ý mỉa mai (Phú Bật là người đời Tống Nhân Tông, vâng mệnh đi sứ Khiết Đan, đã lao tâm khổ tứ, hết lòng thuyết phục địch, cuối cùng đem về thắng lợi cho đất nước. Trương Tuần người đời Đường, đã dũng cảm chống giặc giữ thành, bị giặc bắt, đánh đập tàn tệ, vẫn kiên trinh và tử tiết trong tay giặc) sẽ không thể tin rằng một người yêu nước, đang đứng trong hàng ngũ nghĩa quân để chống giặc như Nguyễn Đình Chiểu lại có thể ví Phan Thanh Giản với hai nghĩa sĩ ngoan cường nổi danh này được. Phan đâu có gian lao vất vả đòi được đất về cho dân cho nước như Phú Bật? Phan đã đầu hàng dễ dàng hết đợt một đến đợt hai, Phan đâu có kiên trinh tử tiết trong tay quân giặc như Trương Tuần mà là tự hủy thân mình vì thất vọng, vì xấu hổ. Lúc gần chết lại còn lo sợ, hỏi ông cố đạo bên cạnh là liệu thuốc giải độc "có cứu được tôi không?".

"Bút pháp Xuân Thu" khiến người đọc tự suy mà thấy ý. Từ hàm nghĩa từ ngữ và kết cấu văn pháp, từ đặc điểm "ý tại ngôn ngoại" của thơ ca văn ngôn, từ sự kết hợp với nhận thức tư tưởng của tác giả và thực tế hành vi của nhân vật, mới có thể hiểu tầng sâu của ý nghĩa như sau:

Cầm cờ tiết đi sứ mà nhiều phen vất vả (đem lại lợi ích cho dân cho nước) thì ông sẽ sống như Phú Bật.
Hết lòng trung (mà là minh trung) với vua với nước (chết oanh liệt vì lòng trung ấy), thì có gì phải hận, ông sẽ chết như Trương Tuần.

Hai câu thơ tưởng là ca ngợi mà lại là trách cứ, sâu xa biết bao!

Đến câu 7:

Hữu thiên, lục tỉnh tồn vong sự.

Người đọc có thể hiểu 2 cách:

- Có trời (thấu hiểu cho ông) về chuyện mất còn của 6 tỉnh.

- Có trời (phán xét ông) về chuyện mất còn của 6 tỉnh.
Và sẽ chọn được cách hiểu đúng nhất nếu gắn liền với câu tiếp sau:

Nan đắc thung dung tựu nghĩa thần.
(Khó mà có thể thung dung làm vị thần tựu nghĩa được)

Hoặc:

An đắc thung dung tựu nghĩa thần.
(Sao có thể thung dung làm vị thần tựu nghĩa được)

Vậy là ý phê phán thật đã rõ ràng:

- Có trời phán xét chuyện mất 6 tỉnh mà ông đã gây nên!

- Ông khó mà có thể thung dung thành vị thần tựu nghĩa được!

Câu cuối này khẳng định thái độ của Nguyễn Đình Chiểu. Và cả bài thơ là sự thông cảm, nhưng phê phán và xót tiếc cho lỗi lầm của người quá cố.

Bài điếu thứ hai là thơ Nôm:

Non nước tan tành hệ bởi đâu?
Dàu dàu mây bạc cõi Ngao châu
Ba triều công cán đôi hàng sớ
Sáu tỉnh cương thường một gánh thâu
Trạm Bắc ngày chiều tin điệp vắng
Thành Nam đêm quạnh tiếng quyên sầu
Minh tinh chín chữ lòng son tạc
Trời đất từ nay mặc gió thu.

Bài này cũng được "bút pháp Xuân Thu" thể hiện hai tầng ý nghĩa:

Hai câu đầu là một nỗi đau buồn. Buồn cho đất nước bị giặc tàn phá tan tành. Nơi Ngao châu, quê hương Cụ Phan giờ đây mây buồn che phủ. Thương tiếc người đã chết chăng? Đó là tầng nghĩa nông.

Tầng nghĩa sâu cho thấy Cụm từ "hệ bởi đâu?". Không chỉ là nỗi đau mà còn là nỗi "hận". Đất nước tan tành như thế, căn nguyên nào? Bởi vì ai? Thực tế ai cũng hiểu: đối tượng hậu trách là quân giặc, là Phan Thanh Giản và cả triều đình Huế.

Câu 2 lại chỉ nói đến Ngao châu là quê Phan và suốt cả bài thơ cũng chỉ nói đến Phan. Vậy có thể hiểu như sau:

Mây trắng đau buồn phủ khắp cõi Ngao châu. Cả vùng Ngao châu đau buồn vì người con của quê hương vốn được mến mộ mà nay lại đắc tội với dân với nước, gây nên nông nỗi.

Câu 3 và câu 4 cũng có tầng nghĩa nông là ca tụng:

Ba triều công cán đôi hàng sớ
Sáu tỉnh cương thường một gánh thâu.

Nhưng đọc kỹ hai Cụm từ "đôi hàng sớ" và "một gánh thâu" thì lại thấy ý ngược lại.

Một vị đại thần đầy tài năng mà suốt 3 triều vua rút Cục chỉ có "đôi hàng sớ" thôi ư? Phải chăng đây là đôi hàng sớ cuối cùng Phan nhận tội với triều đình? Và như vậy thì "Ba triều công cán" của ông quan này chẳng còn gì đáng kể.

Đến câu sau thì Cụm từ "một gánh thâu" có sức nặng ngàn cân để phủ định Cụm từ "sáu tỉnh cương thường". Vì chữ "thâu" có nghĩa là thua, là mất, là thất bại, ngược lại với doanh là được, là thắng.

Vậy là đạo đức cương thường của Cụ Phan từng nổi tiếng lục tỉnh nay chỉ còn là "một gánh thua", một sự thất bại nặng nề. Chao ôi, đau xót thay, mà cũng đáng trách thay!

Tiếp tới hai câu 5, 6:

Trạm Bắc ngày chiều tin điệp vắng
Thành Nam đêm quạnh tiếng quyên sầu.

Hai câu này cực tả tình cảnh đáng thương của Phan trước lúc qua đời. Tài liệu cho biết: Sau khi nộp thành, dâng đất cho Tây, Phan Thanh Giản gói mũ áo, phẩm hàm, kèm theo sớ tạ tội, gửi về triều bằng tàu tốc hành (tàu Pháp) rồi khắc khoải chờ đợi, chắc còn hy vọng sẽ lại được tha tội như lần trước, sẽ lại được phục chức, trọng dụng. Song, mỏi mòn chờ mãi, chờ nửa tháng trời, tin điệp vẫn chẳng thấy đâu. Lo lắng rồi thất vọng, rồi tuyệt vọng, biết chắc bị bỏ rơi rồi. Cuối cùng tự tìm đến cái chết vào lúc nửa đêm, giờ Tý ngày 5-7 năm Đinh Mão tức 4-8-1867.

Nguyễn Đình Chiểu đã thấu hiểu, thông cảm với tình cảnh đáng thương này. Hai câu thơ càng khẳng định rằng Cụ Đồ không thể so sánh Cụ Phan với Phú Bật và Trương Tuần được.

Hai câu cuối cùng vừa chua chát vừa đau buồn trong ẩn ý của chúng:

Minh tinh chín chữ lòng son tạc
Trời đất từ nay mặc gió thu.

Bốn chữ "Minh tinh chín chữ" đã được các nhà nghiên cứu phân tích là Cụ Đồ uyên thâm cố ý dùng "chín chữ"(**) thay vì "mười một chữ"(**) như trong di chúc Cụ Phan để lại, để chữ "cửu" ứng với chữ "quỷ" chứ không phải chữ "linh" (Phan Thanh Giản dặn con cháu ghi trên minh tinh của mình 11 chữ:

Đại nam hải nhai lão thư sinh tính Phan chi cửu
(Quan tài của người học trò già họ Phan nơi góc biển nước Nam)

Cụ Đồ dùng 9 chữ thì sẽ như sau:

Hải nhai lão thư sinh tính Phan chi cửu(**)
(Quan tài của người học trò già họ Phan nơi góc biển)

Và theo phép đề minh tinh: Chín chữ thì chữ cữu sẽ ứng với chữ "quỷ", còn nếu 11 chữ thì "cữu" sẽ ứng với chữ "linh". Như vậy, Cụ Đồ xem như Cụ Phan chết đi chỉ thành ma chứ không thể thành thần được.

Điều này, những người có tấm lòng son với nước với dân (cả Cụ Phan, cả Cụ Đồ, cả mọi người dân) đều ghi nhớ mãi không quên. Đó là một bài học.

Đến câu chót "Trời đất từ nay mặc gió thu".

Hai chữ "gió thu" ở đây rất quan trọng. Có người hiểu là "gió lành, gió mát" và giải nghĩa cả câu theo kiểu "gọt chân cho vừa giày" rất khiên cưỡng và tối nghĩa. Tôi tra trong "Hán ngữ đại từ điển" (NXB Thượng Hải – 2004) thì thấy rành rọt: Thu phong là gió từ phương tây thổi lại, là gió tây (nghĩa thứ 11, và mục từ điều "Thu phong"). Cũng như nhiều nhà Nho khác, dù làm văn thơ Nôm, Cụ Đồ cũng thường dùng xen vài từ Hán, vì tiếng Việt đã đồng hóa nhiều từ tiếng Hán, rất nhiều từ đã được Việt hóa rất tự nhiên. Ngay trong bài thơ này cũng có đến mười mấy từ Hán như vậy

Vậy có thể hiểu câu thơ là lời than đau xót:

"Đất nước từ nay mặc sức gió Tây tung hoành vùi dập. Sáu tỉnh phương Nam từ nay mặc sức giặc Tây giày xéo".

Ngoài 2 bài điếu, Nguyễn Đình Chiểu còn tỏ thái độ đối với Phan Thanh Giản qua 2 câu thơ trong bài "Văn tế nghĩa sĩ trận vong lục tỉnh":

Phải trời cho cán quyền phá lỗ, Trương tướng quân còn cuộc nghĩa binh
Ít người đặng xem tấm bảng phong thần Phan học sĩ hết lòng mưu quốc.

Câu trên ca ngợi tướng quân Trương Định và đau lòng trước sự hy sinh của ông, trước sự thất thế của nghĩa quân.

Câu dưới là nói về Phan Thanh Giản. Nhiều người chỉ chú ý mấy chữ sau mà không quán xuyến toàn câu gồm mấy chữ đầu:

Ít người được xem tấm bảng phong thần.

Bảng phong thần gì vậy? Bảng phong thần "Phan học sĩ hết lòng mưu quốc"! Lối viết văn chữ Nôm xưa không có các loại dấu, nếu ngày nay viết thì sẽ có hai ngoặc kép cho Cụm từ "Phan học sĩ hết lòng mưu quốc"(!), và Cụm từ này là định ngữ của "Bảng phong thần". Đó là lối phân tích ngữ pháp hiện đại, thời Cụ Đồ chưa có những thuật ngữ đó. Song ai cũng hiểu các Cụm từ như: "bảng phong thần vị quan hết lòng cứu dân", "bảng phong thần người vợ một lòng thủ tiết", "bảng phong thần vị tướng dũng cảm trừ giặc"... Và ở đây là bảng phong thần "Phan học sĩ hết lòng mưu quốc" (nối liền 10 chữ).

Bút pháp xuân thu rất kiệm lời. Nhưng cả câu:

Ít người đặng xem tấm bảng phong thần "Phan học sĩ hết lòng mưu quốc" này, vì sao vậy? Vì làm gì có? Lúc này Phan học sĩ là người có lỗi, bị triều đình nghị tội, bị vua khiển trách, có được phong thần gì đâu mà có bảng để xem? Đến đời mấy ông vua bù nhìn Đồng Khánh, Khải Định, Bảo Đại mới có. Như thế thì thái độ Nguyễn Đình Chiểu có tán thưởng Phan Thanh Giản hay không? Cứ ngẫm nghĩ kỹ sẽ rõ.

Nguyễn Đình Chiểu là nhà thơ có ý thức về sứ mệnh của văn chương:

"Chở bao nhiêu đạo thuyền không khẳm
Đâm mấy thằng gian bút chẳng tà"

"Bút pháp xuân thu" có tác dụng "khiến người ngay phấn khích, kẻ gian run sợ", nên ông rất chú trọng, và vận dụng vào văn chương rất đắc địa, rất cao tay, chứng tỏ cái tài với cái tâm của ông đều đáng nêu gương thiên cổ".

Phạm Thị Hảo
Tuần Báo Văn Nghệ TP.HCM số 463

Chú thích:

(**) Cụ Phan dặn các con cháu trên "minh tinh" nhớ ghi câu 11 chữ như sau:

ĐẠI NAM HẢI NHAI/LÃO THƠ SANH TÁNH/PHAN CHI CỬU.

Ứng với câu 11 chữ:

QUỶ-KHỐC-LINH-THÍNH

QUỶ-KHỐC-LINH-THÍNH

QUỶ-KHỐC-LINH

Cũng như trong phép làm nhà, dân gian thường dùng câu 4 chữ:
SINH-LÃO-BỆNH-TỬ/SINH-LÃO-BỆNH-TỬ... vậy.

Trong phép viết "triệu" có quy tắc: "Nam linh, Nữ thính. Bất dụng quỷ, khốc nhị tự". Nghĩa là người chết là Nam thì chữ cuối cùng của câu văn phải ứng vào chữ linh; nếu là Nữ thì phải rơi vào chữ thính. Không được ứng với hai chữ quỷ (nam), chữ khốc (nữ).

Ở đây Cụ Phan làm "triệu" 11 chữ nhằm theo quy tắc chữ CỬU cuối cùng tương ứng với chữ LINH.

Nhưng "triệu" 9 chữ của Cụ Đồ Chiểu là như sau:
HẢI NHAI LÃO THƠ/SANH TÁNH PHAN CHI/CỬU

Ứng với 9 chữ:

QUỶ-KHỐC-LINH-THÍNH/QUỶ-KHỐC-LINH-THÍNH/QUỶ!

Vậy là chữ CỬU cuối cùng ứng đúng vào chữ QUỶ!

Cụ Đồ không biết viết "triệu" chăng? Không! Đây là lời mắng nhiếc nặng nề! Ý Cụ Đồ xem như Cụ Phan chết đi chỉ thành quỷ chứ không thể thành thần được!

(**) Soạn giả lão thành, Cụ Đặng Trần Nguyên giải thích: Cụ Đồ

cắt đi hai chữ ĐẠI NAM hàm ý: Cụ Phan chết sẽ thành "quỷ không quê hương", nước Nam không dung con người ấy; chớ không như Trần Bình Trọng còn được làm "quỷ nước Nam" ta.

(**) "Tuyển tập Nguyễn Đình Chiểu" của giáo sư Ca Văn Thỉnh (NXB Văn nghệ – 2002) có nêu một cách hiểu khác về hai câu trong bài Văn tế:

... Trương tướng quân còn cuộc nghĩa binh

... Phan học sĩ hết lòng mưu quốc

"Còn" đối với "hết". Và hết ở đây là đã hết rồi. Chúng tôi thấy cách hiểu này cũng thống nhất với cách hiểu của chúng tôi.

Như vậy, có thể thấy rằng trong bài viết này bà Phạm Thị Hảo đã tổng kết tất cả các luận điệu của hai người đi trước là Trần Nghĩa và Trần Khuê về hai bài thơ của Nguyễn Đình Chiểu, với cùng một kết luận cho rằng Nguyễn Đình Chiểu đã chê trách Phan Thanh Giản. Nhưng trong khi hai ông Trần Nghĩa và Trần Khuê tỏ ra lúng túng hoặc phớt lờ khi không biết giải thích ra sao về những câu, những chữ trong hai bài thơ mà rõ ràng là Nguyễn Đình Chiểu đã dùng để ca tụng Phan Thanh Giản, thì bà Phạm Thị Hảo đã có một sáng kiến để giải quyết vấn đề đó. Bằng cách giới thiệu trong bài viết nói trên cái mà bà gọi là "Bút Pháp Xuân Thu" để giải thích ngược lại hoàn toàn ý nghĩa của cả hai bài thơ, rồi kết luận rằng Nguyễn Đình Chiểu đã chê trách thay vì ngợi khen Phan Thanh Giản. Và để làm việc này, bà Phạm Thị Hảo đã không ngần ngại gán cho Khổng Tử lẫn Nguyễn Đình Chiểu những điều mà chắc họ không bao giờ ngờ tới; cũng như ngụy tạo ra những bằng chứng lịch sử cho phù hợp với cách giải thích ngược ngạo của bà.

Và người đọc có thể nhận ra ngay lập tức rằng đây là một sự ngụy biện trắng trợn; đã được thể hiện rõ nét trong từng hàng chữ của vị giáo sư Hán Nôm Phạm Thị Hảo.

1. Gán Cho Nguyễn Đình Chiểu Việc Dùng "Bút Pháp Xuân Thu" Trong Các Tác Phẩm Tiêu Biểu, Trong Khi Nguyễn Đình Chiểu Chỉ Dùng "Tấm Lòng Xuân Thu" Mà Thôi, Còn Bút Pháp Thì Hoàn Toàn Ngược Lại

Trước nhất, khi vừa nhập đề là bà Phạm Thị Hảo đã gán cho Nguyễn Đình Chiểu có chủ trương chuyên dùng "Bút Pháp Xuân Thu" trong các sáng tác của mình:

"Nhà thơ Nguyễn Đình Chiểu đã chủ trương dùng "Bút pháp Xuân Thu" trong sáng tác của mình: "Học theo ngòi bút chí công/ Trong thơ có ngụ tấm lòng Xuân Thu" (Lục Vân Tiên). Và ông đã vận dụng nhất quán tinh thần đó trong các tác phẩm tiêu biểu. Chỉ tìm hiểu 2 bài thơ của ông điếu Phan Thanh Giản, có thể thấy điểm này thể hiện rõ ràng."

Điều buồn cười là khi vừa giới thiệu và dẫn chứng cho cái "khám phá" quan trọng nhất của mình, mà cũng là đề tài cho bài viết, thì bà Phạm Thị Hảo đã sai một cách thảm hại.

Bởi vì hai câu thơ trên là trong tác phẩm "tiêu biểu" *Ngư Tiều Vấn Đáp Y Thuật ("Ngư Tiều")*, chứ không phải trong *Lục Vân Tiên*! Cần biết rằng đây không phải là một lỗi đánh máy, bởi theo người rất ngưỡng mộ bà là nhà báo Xuân Ba thuật lại trong bài báo trên tờ *Tiền Phong* nói trên vào tháng 11 năm 2021, thì chính ông ta cũng đã nghe bà nói như vậy; rằng hai câu này là lấy từ trong tác phẩm *Lục Vân Tiên*![43]

Và hai tác phẩm *Lục Vân Tiên* và *Ngư Tiều* thì quả thật là những tác phẩm chính và "tiêu biểu" nhất của Nguyễn Đình Chiểu; nhưng chắc chắn là bà Phạm Thị Hảo không có đọc cuốn nào hết, nên bà mới lấy râu ông nọ cắm cằm bà kia như trên. Chẳng những vậy thôi, mà bà còn làm cho những người ủng hộ bà trong mục tiêu đánh Phan Thanh Giản như ông Xuân Ba hay ban biên tập của tờ *Tuần Báo Văn Nghệ Thành Phố Hồ Chí Minh* cũng bị vạ lây. Đó là vì cũng như bà Phạm Thị Hảo, những người này chắc chắn không bao giờ đọc những tác phẩm của Nguyễn Đình Chiểu nhưng lại thích bàn về thơ văn Nguyễn Đình Chiểu; nên cứ đinh ninh rằng câu thơ nào cũng phải lấy từ *Lục Vân Tiên* là tác phẩm nổi danh nhất của Nguyễn Đình Chiểu.

Do đó mới xảy ra sự việc dở khóc dở cười như trên.

---

[43] Ibid

Nhưng vẫn chưa hết, chính vì không hề đọc thơ văn Nguyễn Đình Chiểu, và nhất là *Ngư Tiều Vấn Đáp Y Thuật*, nên bà Phạm Thị Hảo mới cả gan phán thêm là Nguyễn Đình Chiểu đã vận dụng (Bút Pháp Xuân Thu) một cách "nhất quán ... trong các tác phẩm tiêu biểu". Nhưng theo tác phẩm nói trên thì sau khi bốn nhân vật chính là Mộng Thê Triền, Bào Tử Phược, Châu Đạo Dẫn và Đường Nhập Môn gặp nhau, họ liền rủ nhau làm thơ "tầm phào" nghe chơi. Và vì là "trượng phu" không nề hà thi luật mà chỉ muốn ngang tàng phóng tứ, nên bốn người đã đồng ý làm thơ liên hoàn để nói về đề tài thịnh suy. Và họ chỉ có một đề nghị cùng nhau, là nên học theo ngòi viết chí công của Khổng Tử, tác giả Kinh Xuân Thu, để làm thơ sao cho trong đó có **"ngụ tấm lòng Xuân Thu"**, mà thôi.

Dưới đây là đoạn thơ nói trên trong *Ngư Tiều Vấn Đáp Y Thuật* :

Nay xin mở tiệc tửu, hào,
Phú thi vài lối, tầm phào nghe chơi.
Ngư, Tiều, Môn, Dẫn bốn người,
Cùng nhau ăn uống vui cười ngỏa-nguê.
Môn rằng: Nam, bắc, đông, tê
Gặp nay thơ biết ra đề cảnh chi?
Dẫn rằng: Nào phải trường thi:
Ra đề hạn vận, một khi buộc ràng?
Trượng-phu có chí ngang tàng,
Rộng cho phóng tứ làm bàn thi tiên.

Noi theo đạo cũ Kim Liên,

Cùng nhau xướng họa đoản thiên nối bài.

Mặc dù hai chữ tả hoài,

Việc xưa: được, mất: bởi ai? cớ gì?

Người xưa sao có thị, phi?

Đạo đời sao có thịnh suy chẳng đồng?

Học theo ngòi viết chí công,

Trong thi cho ngụ tấm lòng Xuân Thu[44]

Như vậy, theo đúng như lời thơ của Nguyễn Đình Chiểu trong *Ngư Tiều*, và quan trọng nhất, cũng là điều mà bốn người bạn thơ đã đồng ý với nhau trước khi khởi sự làm thơ liên hoàn trong buổi tiệc tửu hào, là trong thơ nên **ngụ "tấm lòng", chứ không phải "bút pháp" Xuân Thu**.

Lý do đơn giản vì Kinh Xuân Thu là một cuốn sử của nước Lỗ thời Xuân Thu, một trong Ngũ Kinh và được cho là tác phẩm của Khổng Tử. Nó được viết ra theo lối biên niên, do đó cách viết cực kỳ ngắn gọn. Theo các học giả như Trần Trọng Kim thì trong Kinh Xuân Thu tác giả Khổng Tử đã cho thấy ba khái niệm: "chính danh tự", "định danh phận" và "ngụ bao biếm" tức sự khen ngợi trung thần và chê trách loạn thần tặc tử.[45] Kinh

---

[44] Phan Văn Hùm. *Ngư Tiều Vấn Đáp Y Thuật*. Sài Gòn, NXB Tân Việt 1952, pp. 186-187. Chú thích số 2: Lòng Xuân Thu. Khổng Tử chép kinh Xuân Thu, dùng ngòi viết chí-công, làm loạn thần tặc tử đều sợ lời bao-biếm. Những chữ in đậm là do người viết nhấn mạnh.

[45] https://vi.wikipedia.org/wiki/Kinh_Xu%C3%A2n_Thu

Xuân Thu thường được gọi là Kinh Lân trong thơ của Nguyễn Đình Chiểu, và là một tác phẩm đã được ông nhắc đi nhắc lại nhiều lần trong các bài thơ của mình. Cũng như tác giả Khổng Tử chính là thần tượng của ông.

Nhưng điều mà Nguyễn Đình Chiểu muốn học từ ngòi bút "chí công" của Khổng Tử chính là cái "tấm lòng" ngay thẳng, thấy sao nói vậy, là tinh thần "đâm mấy thằng gian bút chẳng tà" của Kinh Xuân Thu. Do đó, bốn người bạn trong Ngư Tiều đã không hề nói tới, cũng như sử dụng cách viết ngắn gọn trong đó, cách viết mà đã được người đời sau gọi là "Xuân Thu Bút Pháp". Thay vì vậy, bốn người bạn này đã nói rõ và giao hẹn rằng chỉ nên ngụ **"tấm lòng Xuân Thu"** trong thơ mà thôi.

Có thể thấy rằng với lối viết sử biên niên thì Khổng Tử có thể, và phải, dùng cách viết ngắn gọn, như lối "Xuân Thu Bút Pháp" nói trên. Còn khi làm thơ, nhất là làm thơ liên hoàn, thì những thi sĩ như Nguyễn Đình Chiểu không hề và không thể hạn chế số chữ như vậy được. Nhất là khi họ đang ở nơi bàn tiệc, không phải là "trường thi", để mà phải có giới hạn với những điều lệ buộc ràng. Chính vì những lý do đó nên Nguyễn Đình Chiểu đã viết rất rõ là *Trong thi cho ngụ tấm lòng Xuân Thu*. Và chỉ có vậy thôi. Còn ngoài ra thì bốn người bạn thơ trong buổi tiệc cứ việc mặc sức mà làm thơ theo thể liên hoàn; muốn làm bao nhiêu bài hay bao nhiêu câu cũng được chứ không hề có giới hạn phải ngắn gọn như cách viết sử biên niên trong Kinh Xuân Thu.

Nhưng như đã nói, do không hề đọc *Ngư Tiều*, và có lẽ chỉ đọc được hai câu cuối qua sự trích dẫn từ đâu đó mà không đề nguồn, nên bà Phạm Thị Hảo mới cho rằng đây là hai câu thơ trong *Lục Vân Tiên*. Và quan trọng hơn nữa là do không hề đọc đoạn thơ trên đây trong *Ngư Tiều* nên bà Phạm Thị Hảo mới cả gan phán thêm là Nguyễn Đình Chiểu đã vận dụng "nhất quán" tinh thần của cái "bút pháp" này trong các tác phẩm "tiêu biểu" của ông.

Mà sự thật thì ngược lại như vậy.

Bởi chính ngay trước hai câu đó thì ý tưởng của tác giả Nguyễn Đình Chiểu đã rất rõ ràng như trên: khi làm thơ, bậc trượng phu ngang tàng không cần phải bó buộc tư tưởng trong đề tài, trong vần điệu, mà cần phóng túng để viết cho thỏa mãn. Chỉ cần trong thơ nên ngụ tấm lòng chí công của Kinh Xuân Thu, là khen chê cho rõ ràng mà thôi.

Do đó, nếu như cái mà bà Phạm Thị Hảo gọi là "Bút Pháp Xuân Thu" đó là để nói lên sự ngắn gọn, hàm súc của lối biên niên sử giống như cách viết của Khổng Tử trong Kinh Xuân Thu (mà tên gọi đúng phải là "Xuân Thu Bút Pháp", thì bút pháp của Nguyễn Đình Chiểu rõ ràng là ngược lại hoàn toàn với lối bút pháp này.

Bởi vì Nguyễn Đình Chiểu là một nhà thơ, không phải một sử gia. Do đó mà trong các tác phẩm của mình ông đã phóng bút viết rất dài, sử dụng rất nhiều điển tích, và lặp đi lặp lại khi cần, để nói về một vấn đề nào đó - như "thương" và "ghét" trong *Lục Vân Tiên*, hay "chính" là gì trong *Ngư Tiều*.

Có thể nói rằng giống như bữa tiệc tửu hào của bốn người bạn trong *Ngư Tiều* nói trên, Nguyễn Đình Chiểu đã không bao giờ sử dụng thi pháp theo kiểu "Xuân Thu Bút Pháp" ngắn gọn này, mà ông đã chỉ dùng một bút pháp đặc biệt của chính ông, với một "tấm lòng Xuân Thu" thôi. Nếu như "Xuân Thu Bút Pháp" là lối viết hàm súc, ngắn gọn theo kiểu biên niên sử, thì Nguyễn Đình Chiểu đã không bao giờ sử dụng bút pháp kiểu đó. Mà cách làm thơ của ông là chi tiết, thẳng thắn và không nương nệ bất cứ điều gì. Giống như ông đã viết:

Dẫn rằng: Nào phải trường thi:
Ra đề hạn vận, một khi buộc ràng?
Trượng-phu có chí ngang tàng,
Rộng cho phóng tứ làm bàn thi tiên.
Noi theo đạo cũ Kim Liên,
Cùng nhau xướng họa đoản thiên nối bài.
Mặc dù hai chữ tả hoài,
Việc xưa: được, mất: bởi ai? cớ gì?
Người xưa sao có thị, phi?
Đạo đời sao có thịnh suy chẳng đồng?
Học theo ngòi viết chí công,
Trong thi cho ngụ tấm lòng Xuân Thu[46]

---

[46] Ibid

Ngoai ra, những tác phẩm "tiêu biểu" khác của Nguyễn Đình Chiểu càng cho thấy rằng câu thơ của ông không hề bị hạn chế, mà nó phóng túng ngang tàng như con người của ông. Và tác phẩm của ông thì dài ngắn tùy thích. Khi cần thì Nguyễn Đình Chiểu cứ việc nối bài thơ này bằng bài thơ kia theo thể liên hoàn và đổi vần, để mặc tình muốn nói sao thì nói. Do đó mà ông đã viết đến 12 bài thơ liên hoàn để tế Trương Định, 10 bài để tế Phan Tòng, cả mấy ngàn câu thơ trong *Ngư Tiều*, trong *Lục Vân Tiên*, trong *Dương Từ Hà Mậu*.

Tất cả các tác phẩm đó, chỉ cần có một **"tấm lòng Xuân Thu"** - để giữ sự chí công, để chở đạo đức, và để đâm gian tà - mà thôi.

2. Nhưng Cách Giải Thích Của Bà Phạm Thị Hảo Cũng Không Phải Là "Bút Pháp Xuân Thu" Mà Là Sự Bịa Đặt Chi Tiết Để Giải Thích Thơ Nguyễn Đình Chiểu Theo Kiểu Ngược Ngạo, Rồi Nói Rằng Đó Là Bút Pháp Xuân Thu

Nhưng chẳng những bà Phạm Thị Hảo đã dẫn sai, hiểu sai, và giải thích sai thơ của Nguyễn Đình Chiểu để cho rằng Nguyễn Đình Chiểu đã chuyên sử dụng "Bút Pháp Xuân Thu" trong các tác phẩm của mình, trong khi bút pháp của Nguyễn Đình Chiểu hoàn toàn ngược lại - mà điều quan trọng hơn nữa là với cách lý luận hay biện giải của bà Phạm Thị Hảo trong bài viết thì đó lại hoàn toàn không phải là thứ "Xuân Thu Bút Pháp" với ý nghĩa ngắn gọn hàm súc, ngụ bao biếm của Khổng Tử trong Kinh Xuân Thu.

Mà đó là cái khái niệm "Bút Pháp Xuân Thu" đặc biệt của riêng bà Phạm Thị Hảo, khi bà giải thích hai bài thơ của Nguyễn Đình Chiểu. Đó là cách bà sáng chế ra những chi tiết lịch sử hay những cách hiểu lạ lùng ngược ngạo để giải thích về "tầng sâu" của hai bài thơ.

Nghĩa là trong khi loại bút pháp được biết đến và gọi là "Xuân Thu Bút Pháp" 春秋笔法 của Khổng Tử có thể được hiểu như là cách dùng chữ ngắn gọn nhưng hàm súc, thì cái "Bút Pháp Xuân Thu" của bà Phạm Thị Hảo lại chính là một lối **ngụy biện** để giải thích ngược lại những gì hợp lý thông thường; và bằng cách chế tạo ra những chi tiết mới cho cách hiểu ngược ngạo đó, để biến một bài thơ từ khen ngợi thành chê trách. Nghĩa là cách giải thích của bà Phạm Thị Hảo về "tầng nông, tầng sâu" của hai bài thơ điếu Phan Thanh Giản không phải là Xuân Thu Bút Pháp, nhưng chính là một sự ngụy biện để mượn danh Khổng Tử.

Trong khi Nguyễn Đình Chiểu là một trượng phu ngang tàng như nhân vật Lục Vân Tiên, một nam tử thật thà thẳng thắn nghĩ gì nói đó.

a) Bài Chữ Hán

Bằng chứng cho sự giải thích ngược ngạo này có thể được thấy ngay từ đầu bài viết, khi trong cùng một bài thơ chữ Hán mà bà Phạm Thị Hảo cho rằng hai câu đầu là hai câu khen, và chỉ đến câu 3, 4 trở về sau thì cái "Bút Pháp Xuân Thu" mới khởi động để cho thấy sự chê trách Phan Thanh Giản của Nguyễn Đình Chiểu.

Nghĩa là bà Phạm Thị Hảo muốn cho cái "Bút Pháp Xuân Thu" của bà bắt đầu ở đâu thì nó bắt đầu ở đó.

Nhưng thật ra, đó là vì hai câu thơ đầu trong bài thơ chữ Hán khen ngợi Phan Thanh Giản quá rõ rệt, bà Phạm Thị Hảo không thể nói khác đi được. Cho nên bà phải quay qua sử dụng hai thủ thuật để giải thích cho phần còn lại của bài thơ theo ý nghĩa ngược lại, rồi gọi nó là "Bút Pháp Xuân Thu".

Thứ nhất, bà sử dụng một phiên bản cũ của ông Thái Hữu Võ, và giải thích theo kiểu o ép ý nghĩa như sau:

"Bút pháp Xuân Thu bắt đầu phát huy tác dụng ở hai câu 3, 4:

Long Hồ uổng phụ thư sinh lão
Phụng Các không vi học sĩ thần.

Ở Long Hồ (nơi quê hương), ông đã uổng phụ cái chí làm người học trò già

Nơi Phụng Các (chốn làm quan) ông đã làm một cách hão người bề tôi học sĩ.

Hai Cụm từ "uổng phụ" (phụ bỏ uổng phí) và "không vi" (làm một cách vô ích, làm hão, chẳng tích sự gì) là sự phiền trách, xót tiếc nặng nề biết bao.

Phan Thanh Giản từng tự xưng là "thư sinh lão", là người học trò già lương thiện, khiêm nhường, nhưng với việc làm của ông dâng đất dâng thành cho giặc chứng tỏ ông đã "uổng phụ" cái chí thanh cao đó. Việc làm của ông đã phủ định tài năng "học sĩ thần" của ông."

Do không hề nghiên cứu tài liệu nên bà Phạm Thị Hảo không biết rằng theo phiên bản đúng, đó phải là "ninh phụ" và "không quy" theo Nguyễn Đình Chiêm là con trai của Nguyễn Đình Chiểu, và đã được phổ biến bởi hai ông Lê Thọ Xuân và Phan Văn Hùm từ thập niên 1930. Còn bản mà bà dựa vào là theo *Phan Thanh Giảng Truyện* của ông Thái Hữu Võ, rồi sau đó được trích đăng trong cuốn *Thơ Văn Nguyễn Đình Chiểu* của Ca Văn Thỉnh. Phiên bản này ngay từ năm 1972 đã được ông Trần Nghĩa xác nhận là sai.

Rồi chẳng hiểu là từ khi nào thì "thư sinh lão" lại trở thành "người học trò già lương thiện khiêm nhường" như bà Phạm Thị Hảo diễn dịch? Và chính Phan Thanh Giản cũng không hề "từng tự xưng là thư sinh lão" như bà Phạm Thị Hảo nói. Mà ông chỉ viết trong mảnh hoa tiên để lại cho con cháu là nếu có làm minh tinh thì hãy đề là "lão thư sinh" thôi. Tức là bà Phạm Thị Hảo rõ ràng không phân biệt được đâu là lời của Phan Thanh Giản (lão thư sinh), đâu là thơ của Nguyễn Đình Chiểu (thư sinh lão). Thế nhưng bà Phạm Thị Hảo vẫn tán cho "thư sinh lão" thành "lương thiện khiêm nhường" như trên, và "cái chí thanh cao" ở dưới, rồi bắt Nguyễn Đình Chiểu phải nói rằng Phan Thanh Giản đã "uổng phụ" những điều đó.

Thứ hai, bà Phạm Thị Hảo đã trắng trợn ngụy tạo những chi tiết lịch sử, và đương nhiên là không hề có dẫn chứng, để biện minh cho lối giải thích theo kiểu "Bút Pháp Xuân Thu" của bà:

" ... *Phan đâu có gian lao vất vả đòi được đất về cho dân cho nước như Phú Bật? Phan đã đầu hàng dễ dàng hết đợt một đến đợt hai, Phan đâu có kiên trinh tử tiết trong tay quân giặc như Trương Tuần mà là tự hủy thân mình vì thất vọng, vì xấu hổ. Lúc gần chết lại còn lo sợ, hỏi ông cố đạo bên cạnh là liệu thuốc giải độc "có cứu được tôi không?".*

Khác với ông Trần Nghĩa và giống như ông Trần Khuê, bà Phạm Thị Hảo đã tăng thêm thành tích cho Phú Bật, là "đòi được đất về cho dân cho nước" (sic). Trong khi Phú Bật tuân lệnh vua để ráng làm cho khỏi mất đất, nhưng rồi lại phải trả thêm tiền lụa cống nạp, và đó là lúc địch quân vẫn chưa khởi sự tiến đánh!

Kế đến, bà Phạm Thị Hảo đã ngụy tạo ra chi tiết *"Lúc gần chết lại còn lo sợ, hỏi ông cố đạo bên cạnh là liệu thuốc giải độc "có cứu được tôi không".* Bởi chắc chắn là bà chưa bao giờ đọc và hiểu được lá thư của viên trung tá Ansart gởi cho tướng Reboul về cái chết và những phút sau cùng của Phan Thanh Giản khi thuốc độc đã ngấm, để hiểu tài liệu này nói gì. Đó là chưa nói đến tính trung thực của lá thư này - được viết bởi một viên trung tá với giọng điệu khoe khoang trong những lá thư gởi cho thượng cấp về thành tích của mình - mà ngay trong đó đã chứa những điều hoang đường khó tin, như cho rằng Phan Thanh Giản có thể đã theo đạo Thiên Chúa với cha Marc.[47]

Do đó, có thể thấy qua đoạn văn trên là khi cần thì bà Phạm Thị Hảo đã thản nhiên bịa đặt ra những chi tiết không có trong thơ của Nguyễn Đình Chiểu, cũng như ngụy tạo ra những chi tiết lịch sử cho hợp với cách diễn giải của bà, rồi cho rằng đó chính là "Bút Pháp Xuân Thu" của Nguyễn Đình Chiểu.

Điều đáng kinh ngạc ở đây là tuy mang tiếng một giáo sư chuyên gia về Hán Nôm[48], nhưng bà Phạm Thị Hảo, cũng như

---

[47] Georges Taboulet. *La Geste Française En Indochine.* Tome II. Paris, Adrien-Maisonneuve, 1956, pp. 519-520, "L'agonie de Phan Thanh Gian".

[48] Theo ông Xuân Ba, Ibid.: ".. nhà nghiên cứu Phạm Thị Hảo từng nổi danh với bản *Kinh Thi tinh tuyển*, công trình dịch thuật đồ sộ *Văn Tâm*

ông Trần Nghĩa và ông Trần Khuê, lại không hiểu rằng cụm từ "thung dung tựu nghĩa" là để nói về một người bầy tôi (thần tử) tự xử lấy mình khi không hoàn thành trách nhiệm đối với nhà vua (quân vương), như người viết đã giải thích ở phần trên.

Và do đó mà bà Phạm Thị Hảo viết như sau về câu thơ cuối:

Nan đắc thung dung tựu nghĩa thần.
(Khó mà có thể thung dung làm vị thần tựu nghĩa được)

Hoặc:

An đắc thung dung tựu nghĩa thần.
(Sao có thể thung dung làm vị thần tựu nghĩa được)

Tức là giống như ông Trần Khuê, bà đã sai lầm khi cho rằng chữ "thần" ở đây có nghĩa là thần thánh, trong khi nó chính là "thần tử" hay bầy tôi, như người viết đã nói ở phần trên. Hơn nữa, để nhắc lại, theo điển tích thì Lý Trần Quán đã bình thản tự tử khi người ông nhờ vả giúp chúa Trịnh Khải của ông lại bị kẻ đó bán đứng; do đó có hai câu đối để điếu ông như sau:

Khẳng khái cần vương dị
Thung dung tựu nghĩa nan

Điêu Long... (Bà Phạm Thị Hảo được vinh danh là một trong 5 nhà Trung Quốc học và nhà nghiên cứu cổ văn tiêu biểu nhất của miền Nam – cùng với GS Bửu Cầm, GS Nguyễn Khuê, nhà nghiên cứu Nguyễn Tôn Nhan, nhà nghiên cứu Cao Tự Thanh)."

Có nghĩa là khẳng khái giúp vua là chuyện dễ, nhưng ung dung tự xử lấy mình để giữ nghĩa như Lý Trần Quán là điều khó.

Và rõ ràng là Nguyễn Đình Chiểu đã dùng điển tích này để nói về việc Phan Thanh Giản tự xử mình về tội không giữ được ba tỉnh miền Tây, không hoàn thành trách nhiệm đối với vua Tự Đức. Do đó, chữ thần trong câu cuối này phải là thần tử, còn chữ thần trong "học sĩ thần" mới là thần thánh hay thần hồn. Và như vậy thì câu thơ mới có ý nghĩa trọn vẹn theo điển tích nêu trên.

Như người viết đã dẫn, ông Thái Hữu Võ vì không có phiên bản đúng của ông Nguyễn Đình Chiêm nên đã chép lộn hai chữ nói trên và biến chữ thần ở câu cuối thành vị thần. Ngoài ra, ông cũng chép là "nan đắc" (khó kiếm) thay vì "an đắc" nghĩa là làm sao kiếm được. Tất cả những sai lầm này đã được ông Lê Thọ Xuân cũng như ông Phan Văn Hùm minh xác từ mấy mươi năm trước.

Và khi viết bài này vào năm 2017 thì bà Phạm Thị Hảo rõ ràng đã biết đến phiên bản đúng, bởi bà đã viết về cả hai trường hợp "an đắc" và "nan đắc" như trên. Tức là bà đã biết đến phiên bản đúng của ông Lê Thọ Xuân và Phan Văn Hùm (từ Nguyễn Đình Chiêm) là "an đắc", trong khi theo phiên bản của Thái Hữu Võ là 'nan đắc'. Mà nếu vậy thì bà phải biết rằng theo phiên bản của Nguyễn Đình Chiêm, chữ chót là thần bầy tôi chứ không phải vị thần.

Nhưng bà Phạm Thị Hảo vẫn đã chọn phiên bản sai, để dịch ra là vị thần. Vì giống như, và có lẽ là học từ, lý luận của ông Trần Khuê, nên bà Phạm Thị Hảo đã cố tình chọn phiên bản sai này để giảng giải cho thành ý tưởng nguyền rủa Phan Thanh Giản là chết đi sẽ thành quỷ, do ... không thể thành thần.

Như vậy, chỉ trong một bài thơ chữ Hán mà bà Phạm Thị Hảo đã phải vận dụng khá nhiều thủ thuật để biến nó ra thành một sự chê bai. Bà đã bịa đặt chi tiết, đã xuyên tạc lịch sử, đã dùng tài liệu thứ cấp mà còn không dẫn nguồn. Bà lại cố ý chọn phiên bản xưa nhất và đã được biết là thiếu chính xác nhất để giảng giải cho hợp ý bà, dù đã có trong tay các phiên bản khác.

Và điểm đáng nói nhất là bà đã sáng tạo ra cái gọi là "Bút Pháp Xuân Thu" của bà (chứ không phải của Khổng Tử) - khi cũng trong cùng một bài thơ mà bà cho Nguyễn Đình Chiểu vừa khen Phan Thanh Giản hết lời đó, rồi lại quay sang rủa ông là chết đi thì thành quỉ do không thể thành thần.

b) Bài Chữ Nôm

Nhưng chỉ khi đến bài thơ Nôm thì mới thấy rõ ràng sự trơ trẽn của bà Phạm Thị Hảo trong việc sử dụng cái gọi là "Bút Pháp Xuân Thu" để nói ngược ý của bài thơ.

Bởi với điển tích trong hai câu đầu là "dàu dàu mây trắng" hay "dàu dàu mây bạc cõi Ngao Châu" thì ông Phan Văn Hùm đã từng giải thích là nói về một người đã qua đời, Phan Thanh Giản:

"Ngao-châu là bãi Ngao, chỗ Phan Thanh Giản ở. Mây bạc là lấy nghĩa ở câu sách Trang-tử: 'Thừa bĩ bạch vân, chi vu đế hương" nghĩa là: cõi đám mây trắng kia đến tận chỗ Thiên-đế ngự, tức là nói người chết."[49]

Thế nhưng bà Phạm Thị Hảo thì lại thêm thắt để cho rằng mây trắng là đau buồn, và xứ Ngao Châu đau buồn vì Phan Thanh Giản như sau:

"Mây trắng đau buồn phủ khắp cõi Ngao châu. Cả vùng Ngao châu đau buồn vì người con của quê hương vốn được mến mộ mà nay lại đắc tội với dân với nước, gây nên nông nỗi."

Bà Phạm Thị Hảo như vậy đã sáng chế ra thêm những gì mà câu thơ không hề nói, như là "người con của quê hương" hay "đắc tội với dân với nước"! Và khi chế biến ra đủ thứ như vậy thì bà cho rằng đó chính là "Bút Pháp Xuân Thu"! Nghĩa là khi nào cần phải giải thích câu thơ cho ngược với ý nghĩa của nó nhưng hợp với ý của mình thì bà lại đưa cái bút pháp này ra, và bắt Nguyễn Đình Chiểu cũng như Khổng Tử chịu trách nhiệm!

---

[49] Ibid, p. 51

Đến hai câu kế, bà Phạm Thị Hảo giải thích như sau:

"Ba triều công cán đôi hàng sớ
Sáu tỉnh cương thường một gánh thâu.

Nhưng đọc kỹ hai Cụm từ "đôi hàng sớ" và "một gánh thâu" thì lại thấy ý ngược lại.

Một vị đại thần đầy tài năng mà suốt 3 triều vua rút Cục chỉ có "đôi hàng sớ" thôi ư? Phải chăng đây là đôi hàng sớ cuối cùng Phan nhận tội với triều đình? Và như vậy thì "Ba triều công cán" của ông quan này chẳng còn gì đáng kể.

Đến câu sau thì Cụm từ "một gánh thâu" có sức nặng ngàn cân để phủ định Cụm từ "sáu tỉnh cương thường". Vì chữ "thâu" có nghĩa là thua, là mất, là thất bại, ngược lại với doanh là được, là thắng.

Vậy là đạo đức cương thường của Cụ Phan từng nổi tiếng lục tỉnh nay chỉ còn là "một gánh thua", một sự thất bại nặng nề. Chao ôi, đau xót thay, mà cũng đáng trách thay!"

Đến đây thì sự ngụy biện của bà Phạm Thị Hảo đã đến mức đáng kinh ngạc. Bởi ai cũng biết rằng trước khi chết thì Phan Thanh Giản đã viết một tờ "Di Sớ" để nhận hết tội về mình và bỏ hết những công cán trải qua ba triều vua. Lời sớ đầy xúc động khuyên nhủ nhà vua nên cố gắng thương dân và sử dụng người tài, với hy vọng là vẫn còn có thể cứu vãn được tình thế..

Do đó, Nguyễn Đình Chiểu đã viết về "ba triều công cán" và "vài hàng sớ" trong cùng một câu, để cho thấy sự hy sinh coi nhẹ công danh của Phan Thanh Giản.

Bài sớ này đã được đưa vào *Đại Nam Thực Lục*, như người viết trích dẫn ở trên. Dưới đây là hình chụp lá Di Sớ đó của Phan Thanh Giản; được ông Thái Hữu Võ sưu tầm và chép lại trong trang 41 của cuốn *Phan Thanh Giảng Truyện*:

> Tư thời tao gian bĩ, hung xứ khĩ tr giao điện, phần xám bạc tr biên ngữ, Nam-kỳ cương sự nhứt chí tr thứ, xám xăm hồ hữu bất khả ác chi thế, thần nghĩa dương tử, bất cảm huợt, dĩ di quán phụ chi tu.
> Ngã Hoàng-thượng bác lãm cổ kiêm, thẩm cứu trị loạn, trung ngoại thần hiền, đồng tâm hiệp tảng, khác cần thiên kình, phủ truất nhơn cùng, lự thủy đồ chung, canh huyền dịch triệt, thế lực du bửu khả vi, thần lâm tuyệt ngành tắc bất tri sở vân, đăng liết đễ chiêm luyến, bất thăng nguyện vọng nhi di.

[Hán văn]

Dịch ra nôm:

> Tâu vi cúi trải linh ngu, ngửa cầu chúa xét, nay gặp hồi khốn khó, hơi dữ dậy nơi bờ cõi, khi độc xâm lấn nơi chốn biên thùy, Nam-kỳ bờ cõi một đến nơi ấy, ùng ùng mà tới, thế chẳng khá ngăn, phận sự làm tôi như kẻ hạ thần phải thác, chẳng nên còn sống mà để xấu hổ cho vua cha, Hoàng-thượng là người rộng thấy việc xưa nay, sâu xét cơn trị loạn, trong ngoài các quan thần hiền cũng phải đồng lòng hiệp tinh, dè sợ việc trời rằng : võ thương lúc người cùng, lo việc trước, toan việc sau, mà thay dây dờn cũ, đổi bánh xe xưa, thì thế lực còn có chỗ làm được, tôi đến khi thác cứng miệng nghẹt cổ, chẳng còn biết chỗ nào mà nói đặng, chỉnh sa nước mắt và thương tiếc không cùng mà thôi.

Nhưng theo cách giải thích khá ngộ nghĩnh của bà Phạm Thị Hảo thì do chỉ có "đôi hàng sớ", mặc dù đã trải qua đến ba triều công cán, nên suy ra công cán của Phan Thanh Giản chỉ có trong đôi hàng đó mà thôi, tức là chẳng có gì! Rồi bà lại bắt Nguyễn Đình Chiểu phải nhận lãnh lối giải thích lạ đời không đếm xỉa gì đến lịch sử theo kiểu "Bút Pháp Xuân Thu" như trên của bà.

Bà Phạm Thị Hảo không đọc lịch sử đã đành, nhưng bà cũng không chịu đọc Nguyễn Đình Chiểu luôn, để biết rằng đây chính là cách làm thơ và lối dùng chữ của Nguyễn Đình Chiểu. Bởi vì Nguyễn Đình Chiểu đã từng sử dụng những lời lẽ giống hệt như vậy trong bài thơ điếu Trương Định vài năm trước đó:

Bày lòng thần-tử vài hàng sớ,
Giữ mối giang-sơn mấy đạo bùa

Nếu phải lý luận theo kiểu "Bút Pháp Xuân Thu" của bà Phạm Thị Hảo thì câu thơ trên hóa ra có nghĩa rằng Trương Định đã bày tỏ tấm lòng thần tử của ông với nhà vua cũng chỉ có "vài hàng sớ" mà thôi, tức là chẳng có chi hết, giống như Phan Thanh Giản! Ấy là chưa nói đến câu kế, nếu cũng theo kiểu lý giải của bà Phạm Thị Hảo thì người anh hùng Trương Định "giữ mối giang sơn" nhưng lại chỉ bằng "mấy đạo bùa"! Mà như vậy thì thật chẳng còn thể thống gì của người anh hùng dân tộc!

Thế nhưng đến hai câu thơ kế tiếp thì "Bút Pháp Xuân Thu" của bà Phạm Thị Hảo mới phát huy đến tuyệt đỉnh, khi bà Phạm Thị

Hảo cho rằng chữ "thâu" có nghĩa là "thua"; và do đó, "một gánh thâu" là "một gánh thua"! Rồi vì sợ không ai hiểu bà nói gì qua cách giải thích quái đản như vậy, nên bà Phạm Thị Hảo phải chú thích cho rõ rằng "thâu" ở đây có nghĩa là thua, ngược lại với "doanh" là được, như trong "doanh thâu".

Tức là bà Phạm Thị Hảo bắt Nguyễn Đình Chiểu phải sử dụng chữ Hán trong một bài thơ chữ Nôm, bắt Nguyễn Đình Chiểu phải không được dùng chữ "thâu" theo ý nghĩa thông thường của người Việt là thâu tóm, gom lấy. Mà Nguyễn Đình Chiểu phải vận dụng cái "Bút Pháp Xuân Thu" của bà (chứ không phải của Nguyễn Đình Chiểu) để dùng chữ thâu theo nghĩa Hán là doanh thâu như trong công việc làm ăn kế toán, và đó là trong bài thơ Nôm Nguyễn Đình Chiểu điếu Phan Thanh Giản!

Trong khi với ý nghĩa rất rõ ràng của câu thơ này thì ai cũng hiểu là Nguyễn Đình Chiểu cho rằng một mình Phan Thanh Giản đã đứng ra nhận lãnh hết cả gánh cương thường tức tam cương ngũ thường, mà trong đó đạo quân thần là số 1, cho cả sáu tỉnh Nam Kỳ. Vì Phan Thanh Giản đã nhận hết mọi trách nhiệm với nhà vua, từ việc thương thuyết ngoại giao cho đến thất bại mất thành, để những vị quan dưới quyền không phải chịu tội.

Do đó, "gánh cương thường" ở đây không phải là "đạo đức" của Phan Thanh Giản, mà là gánh nặng giữ đất của nhà vua cho trọn đạo quân thần, giềng mối đầu tiên của tam cương. Đó chính là *Một gánh cương thường há phải gông* của Thủ Khoa Huân, hay *Một gánh cương thường nặng núi sông* của Phan Văn Trị, chứ không phải là "đạo đức" như bà chuyên gia Hán Nôm Phạm Thị Hảo nghĩ.

Nhưng như có thể thấy, bà Phạm Thị Hảo đã không thèm đọc Nguyễn Đình Chiểu khi nói về thơ Nguyễn Đình Chiểu, thì còn mong gì bà chịu đọc đến thơ của Thủ Khoa Huân và Phan Văn Trị để hiểu về "gánh cương thường". Và vì vậy cho nên bà mới có can đảm mà giải thích rằng chữ "thâu" trong câu thơ trên có nghĩa là "thua".

Vấn đề ở đây là Nguyễn Đình Chiểu lại rất thường dùng chữ "thâu" với ý nghĩa "thâu tóm" đó trong những bài thơ có vần "âu" của ông. Thí dụ như trong 12 bài thơ điếu Trương Định, Nguyễn Đình Chiểu đã có hai câu như sau:

Giặc cỏ om-sòm mưa lại rưới,
Binh sương lác-đác nắng liền thâu

Điều rõ ràng là chẳng hề có chuyện ăn thua gì trong hai câu thơ trên. Bởi chẳng lẽ nắng lại "thua" mất binh sương, cũng như Phan Thanh Giản đã "thua" gánh cương thường, theo kiểu giải thích của bà Phạm Thị Hảo? Mà theo ý nghĩa rất thông thường thì đó chính là nắng đã "thâu tóm", tức đã làm khô những giọt sương lác đác, như một hình ảnh cho thấy quân Pháp đã dẹp được những cuộc nổi dậy lẻ tẻ. Chứ nắng thì không thể "liền thua" sương theo "Bút Pháp Xuân Thu" của bà Phạm Thị Hảo được.

Nhưng chưa hết, trong bài thơ về Nông trong *Dương Từ Hà Mậu*, Nguyễn Đình Chiểu cũng đã viết rằng:

Nhờ gặp mùa màng trời đất thuận
Cứ trăm giống thóc một tay thâu

Nghĩa là nhà nông một tay thâu tóm hàng trăm giống thóc khi được mùa, chứ chẳng phải nhà nông đã "thua" mất một trăm giống thóc!

Nhưng bà Phạm Thị Hảo không chỉ giải thích chữ nghĩa theo kiểu quái đản như trên, mà bà còn ngụy tạo ra những chi tiết lịch sử để giải thích ngược lại ý nghĩa câu thơ của Nguyễn Đình Chiểu, rồi cho rằng đó là "tầng sâu" của "Bút Pháp Xuân Thu".

Như khi bàn về hai câu thơ kế, bà Phạm Thị Hảo viết như sau:

"*Trạm Bắc ngày chiều tin điệp vắng*
Thành Nam đêm quạnh tiếng quyên sầu.

Hai câu này cực tả tình cảnh đáng thương của Phan trước lúc qua đời. Tài liệu cho biết: Sau khi nộp thành, dâng đất cho Tây, Phan Thanh Giản gói mũ áo, phẩm hàm, kèm theo sớ tạ tội, gửi *về triều bằng tàu tốc hành (tàu Pháp) rồi khắc khoải chờ đợi, chắc còn hy vọng sẽ lại được tha tội như lần trước, sẽ lại được phục chức, trọng dụng. Song, mỏi mòn chờ mãi, chờ nửa tháng trời, tin điệp vẫn chẳng thấy đâu. Lo lắng rồi thất vọng, rồi tuyệt vọng, biết chắc bị bỏ rơi rồi. Cuối cùng tự tìm đến cái chết vào lúc nửa đêm, giờ Tý ngày 5-7 năm Đinh Mão tức 4-8-1867."*

Bà Phạm Thị Hảo không hề cho biết tài liệu của bà là tài liệu nào. Nhưng chắc chắn là không có tài liệu nào hết, mà chỉ là sự bịa đặt rõ ràng của bà. Vì thời đó làm gì có tàu tốc hành của Pháp để làm việc chuyên chở hàng hóa thư từ cho vua quan nhà Nguyễn!

Chính ngay trong hai câu thơ trên cũng đã cho thấy là tin tức khẩn cấp thời đó thì sẽ được chuyển giao qua (ngựa) trạm; nhưng ngày thì đã chiều, tức là đã trễ lắm rồi, mà tin tức hay viện quân của nhà vua để cứu cấp cho ba tỉnh miền Tây lúc đó đang bị cô lập vẫn không thấy đâu. Từ đó mới dẫn đến sự mất thành, mất đất, hay mất nước, giống như tiếng chim đỗ quyên tức chim quốc kêu đêm báo hiệu. Đó là ý nghĩa của hai câu thơ trên.

Thế nhưng bà Phạm Thị Hảo lại bắt chính phủ Pháp phải có tàu tốc hành để chở đồ cho Phan Thanh Giản gởi về Huế! Đó là chưa kể bà Phạm Thị Hảo còn tưởng tượng ra sự khắc khoải, mỏi mòn chờ được để được "tha tội như lần trước" của Phan Thanh Giản.

Nghĩa là bà Phạm Thị Hảo đưa ra những cái "bằng chứng" về lịch sử như trên và nói khơi khơi là "tài liệu cho biết", nhưng bà lại không hề cho biết đó là tài liệu nào. Mà sự thật là không có tài liệu nào nói như vậy cả. Nhưng để chứng minh cho cái "tầng sâu" trong "Bút Pháp Xuân Thu" của bà (chứ không phải của Nguyễn Đình Chiểu), thì bà Phạm Thị Hảo đã phải ngụy tạo ra những chi tiết lịch sử như trên.

Và bà Phạm Thị Hảo thì chắc chắn không hề đọc lịch sử hay thơ của Nguyễn Đình Chiểu để biết rằng đó là tình cảnh chung của giới sĩ phu đất Nam Kỳ trong thời gian này. Đó là sự mong ngóng đợi chờ "thánh chúa" có thể làm được một điều gì để đuổi quân Pháp đi. Nhưng sự trông ngóng này của họ rồi chỉ trở thành hoài công, thành tuyệt vọng, như Đường Nhập Môn đã ngâm trong *Ngư Tiều*:

Hoa cỏ ngùi ngùi ngóng gió đông,
Chúa xuân đâu hỡi! có hay không?
Mây giăng ải bắc trông tin nhạn,
Ngày xế non nam bặt tiếng hồng.
Bờ cõi xưa đà chia đất khác,
Nắng sương nay há đội trời chung,
Chừng nào Thánh-đế ân soi thấu
Một trận mưa nhuần rửa núi sông[50]

Đó là những câu thơ đau xót nói lên sự thật thua trận não nề,

---

[50] Ngư Tiều, p. 183

bờ cõi bị chia cắt của nhà Nguyễn, qua ngòi bút Nguyễn Đình Chiểu:

*Trời đông sùi sụt gió mưa tây
Đau ốm lòng dân cậy có thầy*[51],

Và bởi vậy cho nên *Ngư Tiều* mới ước mong rằng:

*Ngày nào trời đất an ngôi cũ
Mừng thấy non sông bặt gió tây*[52]

Tức là bờ cõi đã mất, nhưng lòng người thì vẫn còn mong rằng một ngày nào đó thánh chúa sẽ dẹp yên giặc tức "gió tây", để cho khỏi đau dân. Đó chính là tình cảm của Nguyễn Đình Chiểu, cũng như của tất cả các sĩ phu Nam Kỳ, trong đó có Phan Thanh Giản.

Nhưng bà Phạm Thị Hảo thì vì nhu cầu cần hạ nhục Phan Thanh Giản nên mới viết rằng hai câu thơ trên cho thấy sự tuyệt vọng mong chờ được "tha tội" của Phan Thanh Giản, sau khi đã gởi mũ áo theo tàu tốc hành của Pháp về Huế! Chính vì nhu cầu giải thích ngược ngạo theo kiểu "Bút Pháp Xuân Thu" này của bà, nên bà Phạm Thị Hảo mới phải ngụy tạo ra những điều nực cười nói trên.

Tóm lại, đó chính là hậu quả của sự không thèm đọc thơ

---

[51] Ngư Tiều, p. 105
[52] Ngư Tiều, p. 87

Nguyễn Đình Chiểu nhưng lại muốn giảng giải thơ Nguyễn Đình Chiểu của bà Phạm Thị Hảo.

Và sự không thèm đọc tài liệu lịch sử để thoải mái bịa đặt ra những chi tiết như trên của bà Phạm Thị Hảo thì lại càng rõ ràng hơn. Bởi khi nói về những ngày cuối của Phan Thanh Giản, giống như trong Đại Nam Thực Lục, ông Thái Hữu Võ đã cho biết những chi tiết như sau:

Đó rồi ngài niêm sớ và đồ triều phục, ấn truyện (triện) với 23 điều đạo sắc của vua phong cho ngài cùng đồ châu báu khí giái trong ba tĩnh (tỉnh), giao cho chiếc tàu Mẫn-thỏa đem về dâng lại cho vua.[53]

Dưới đây là hình chụp đoạn văn trên trong trang 42 của cuốn *Phan Thanh Giảng Truyện*

---

[53] Ibid, p. 42

> Đó rồi ngài niêm sớ và dỡ triều phục, ẩn truyện với 23 điều đạo sắc của vua phong cho ngài cùng đồ châu báu khi giải trong ba lĩnh, giao cho chiếc tàu *Mẫn-thỏa* đem về dâng lại cho vua.
>
> Từ ngày mất ba lĩnh rồi, thì ngài tuyệt cốc, ngài có làm một bài thi quấc-âm rằng:
>
> *Thời trời đất lợi lại người hòa,*
> *Há để ngồi coi phải nói ra;*
> *Làm trả ơn vua đền nợ nước,*
> *Đành cam gánh nặng nỗi đường xa.*
> *Vớt chiềm phải nóng thương dân trẻ,*
> *Vượt biển trèo non cám phận già;*
> *Cũng tưởng một lời an bốn cõi,*
> *Nào hay ba lĩnh lại châu ba.*
>
> Khi ngài tuyệt cốc, thì ngài mặc áo rộng bịch khăn đen, rồi cứ ngồi xem sách, các quan Langsa nghe vậy thì đem những đồ ngon rượu tốt đến ép xin ngài ăn uống, ngài không chịu ăn, và đáp lời rằng: «các quan có lòng tưởng tình cố cập, thì lão thần cũng rất cảm ơn, song những đồ vật thực ấy là để nuôi sự sống con người, mà ngày nay cái sống đó ta đã không ham, thì còn cần chi đồ ngon rượu tốt, vì sống mà chẳng đặng lợi nước yên nhà, sống mà chẳng đặng phò nguy tế khốn, thì sống càng tuổi nhục, nay ta đã quyết ý tuyệt cốc mà bỏ mình, vậy thì đồ này xin dâng lại cho các quan, ta không dùng đặng.»
>
> Lúc ấy cũng có các quan Annam và những người thân quyến của ngài đến thăm, thấy đều khóc lạy năn nỉ xin ngài ăn cơm; ngài cũng chẳng ăn, ngài lại lấy lời nghiêm chỉnh mà bảo rằng: «Ta đã rõ biết cơ trời, dầu làm thế nào cũng không qua thiên ý sở định, vậy khi ta thát rồi, thì ai nấy cứ an cư lạc nghiệp, lo việc học hành, chẳng nên dục lợi cầu vinh mà làm chuyện nhẫn tâm hại lý; ngày nay ta đã tuổi cao sức yếu, thành ra một kẻ vô dụng cho nước nhà, dầu ta có thát cũng không đủ tổn hại cho quê hương, còn ta sống cũng không đủ ích chi cho xứ sở. Vậy một mai ta mất rồi, thì xin các quan về triều lo mà phò vua vực nước, học theo cách thức của Tây-Âu, nếu mình hết sức lo toan, thì họa may ngày sau cũng được thiên tùng nhơn nguyện.»

Chắc chắn bà Phạm Thị Hảo không biết rằng tàu Mẫn Thỏa là một chiếc tàu bọc đồng của triều đình nhà Nguyễn, nên bà mới liều lĩnh cho rằng Phan Thanh Giản đã gởi đồ về Huế bằng tàu tốc hành của Pháp. Và chắc chắn bà Phạm Thị Hảo cũng không biết rằng Phan Thanh Giản đã thu xếp với Pháp để khấu trừ số tiền phải bồi thường hàng năm như đã nói, và lại còn thu thập được tất cả các châu báu và khí giới trong ba tỉnh để gởi về cho vua Tự Đức trên chiếc tàu Mẫn Thỏa nói trên.

Để chỉ khi làm xong hết những điều trên thì Phan Thanh Giản mới "thung dung tựu nghĩa".

Như vậy, bà Phạm Thị Hảo đã sáng tạo ra cách giải nghĩa cho "thâu" thành "thua", sáng tạo ra chi tiết lịch sử tàu tốc hành của Pháp, để giải thích các câu thơ trên. Nhưng bà Phạm Thị Hảo không thể không sử dụng sự "khám phá" của ông Trần Khuê về cách đếm "Quỉ Khốc Linh Thính" để cho rằng Nguyễn Đình Chiểu đã mắng Phan Thanh Giản là quỉ, khi bà bàn tiếp về hai câu chót của bài thơ chữ Nôm:

"Nhưng "triệu" 9 chữ của Cụ Đồ Chiểu là như sau:

HẢI NHAI LÃO THƠ/SANH TÁNH PHAN CHI/CỬU

Ứng với 9 chữ:

QUỶ-KHỐC-LINH-THÍNH/QUỶ-KHỐC-LINH-THÍNH/QUỶ!

Vậy là chữ CỬU cuối cùng ứng đúng vào chữ QUỶ!

Cụ Đồ không biết viết "triệu" chăng? Không! Đây là lời mắng

nhiếc nặng nề! Ý Cụ Đồ xem như Cụ Phan chết đi chỉ thành quỷ chứ không thể thành thần được!"

Nhưng như người viết đã trình bày trong phần trên, ông Trần Khuê chỉ dám tung hỏa mù khi lấy ý của ông Lê Thọ Xuân về vấn đề này rồi trình bày như thể Nguyễn Đình Chiểu là người viết lá triệu hay minh tinh cho Phan Thanh Giản. Còn bà Phạm Thị Hảo thì lại gán luôn cho Nguyễn Đình Chiểu việc viết lá triệu (minh tinh) chín chữ này để "mắng nhiếc nặng nề" Phan Thanh Giản.

Nghĩa là bà Phạm Thị Hảo đã không nề hà trong việc sử dụng bất cứ một thủ đoạn nào để giải thích hai bài thơ theo ý của bà. Nhưng vẫn chưa hết, vì sau khi bàn về hai bài thơ điếu Phan Thanh Giản thì bà Phạm Thị Hảo lại quay sang một bài văn tế của Nguyễn Đình Chiểu, để giải thích luôn là ở đó Nguyễn Đình Chiểu cũng vẫn mỉa mai Phan Thanh Giản.

c) Bảng Phong Thần

Như đã thấy, cùng với cách sáng tạo ra cái "Bút Pháp Xuân Thu" theo kiểu nói một đằng giải thích một nẻo như trên khi bàn về hai bài thơ của Nguyễn Đình Chiểu thì bà Phạm Thị Hảo cũng đã phải ngụy tạo ra những chi tiết lịch sử cũng như cách đọc thơ Nguyễn Đình Chiểu và ý nghĩa của nó, cho phù hợp với cái

"Bút Pháp Xuân Thu" này.

Nhưng ngoài ra, tinh thần sáng tạo của bà Phạm Thị Hảo còn được thấy rõ qua cách mà bà vì cần phải giải thích một câu văn Nguyễn Đình Chiểu khen ngợi Phan Thanh Giản trong bài *Văn tế nghĩa sĩ trận vong lục tỉnh* nên phải sáng chế ra thêm một cách đọc văn biền ngẫu thời xưa. Theo đó, bà cho rằng vì lối văn ngày xưa không có chấm phẩy nên độc giả phải đọc theo kiểu của bà. Và đó là với dấu phẩy trong câu trên, nhưng lại không được có dấu phẩy trong câu dưới. Mặc dù cả hai câu là một cặp và phải đi song song với nhau theo thể văn biền ngẫu, như hai con ngựa song hành.

Bà Phạm Thị Hảo đã mô tả cách đọc đó như sau:

"Ngoài 2 bài điếu, Nguyễn Đình Chiểu còn tỏ thái độ đối với Phan Thanh Giản qua 2 câu thơ trong bài "Văn tế nghĩa sĩ trận vong lục tỉnh":

Phải trời cho cán quyền phá lỗ, Trương tướng quân còn cuộc nghĩa binh
Ít người đặng xem tấm bảng phong thần Phan học sĩ hết lòng mưu quốc.

Câu trên ca ngợi tướng quân Trương Định và đau lòng trước sự hy sinh của ông, trước sự thất thế của nghĩa quân.

Câu dưới là nói về Phan Thanh Giản. Nhiều người chỉ chú ý mấy chữ sau mà không quán xuyến toàn câu gồm mấy chữ đầu:

Ít người được xem tấm bảng phong thần.

Bảng phong thần gì vậy? Bảng phong thần "Phan học sĩ hết lòng mưu quốc"! Lối viết văn chữ Nôm xưa không có các loại dấu, nếu ngày nay viết thì sẽ có hai ngoặc kép cho Cụm từ "Phan học sĩ hết lòng mưu quốc"(!), và Cụm từ này là định ngữ của "Bảng phong thần". Đó là lối phân tích ngữ pháp hiện đại, thời Cụ Đồ chưa có những thuật ngữ đó. Song ai cũng hiểu các Cụm từ như: "bảng phong thần vị quan hết lòng cứu dân", "bảng phong thần người vợ một lòng thủ tiết", "bảng phong thần vị tướng dũng cảm trừ giặc"... Và ở đây là bảng phong thần "Phan học sĩ hết lòng mưu quốc" (nối liền 10 chữ)."

Tức là theo bà Phạm Thị Hảo thì mặc dù hai câu về Trương Định và Phan Thanh Giản đi song song như vậy, nhưng câu nói về Trương Định phải có dấu phẩy, còn câu về Phan Thanh Giản thì không được có dấu phẩy!

Để từ đó mà ta phải hiểu rằng "bảng phong thần" trong câu sau chẳng phải là bảng phong thần như các loại linh tinh khác, mà là bảng phong thần đặc biệt duy nhất có tên gọi **"bảng phong thần Phan học sĩ hết lòng mưu quốc"** (nối liền 10 chữ). Rồi do Nguyễn Đình Chiểu nói rằng bảng phong thần này có "ít người đọc", cho nên phải suy ra là nó không có thật, hay không đáng kể!

Nghĩa là do cần phải giải thích rằng không phải Nguyễn Đình Chiểu đã khen tặng Phan Thanh Giản là chết thành thần trong câu, như ý nghĩa thông thường của nó, nên bà Phạm Thị Hảo đã phải sáng chế ra nhiều loại bảng phong thần khác nhau. Rồi sửa cách đọc câu văn như trên (không có dấu phẩy), để biến lời khen tặng này thành một lời mỉa mai, rằng không ai biết tới cái bảng phong thần đặc biệt gồm có 10 chữ như trên.

Có lẽ đến đây thì điều ngạc nhiên duy nhất còn có thể tồn tại về bà Phạm Thị Hảo là bà đã không đem con ngáo ộp "Bút Pháp Xuân Thu" ra để làm cứu tinh nữa cho phần này, mà bà điềm nhiên sáng tạo ra luôn cách đọc văn tế, và do đó sửa luôn văn chương của Nguyễn Đình Chiểu. Mặc dù đây là loại văn theo luật biền ngẫu mà hai câu trên dưới bắt buộc phải tương đồng đối xứng. Do đó, dù cho câu trên phải đọc theo kiểu có dấu phẩy, thì bà Phạm Thị Hảo cũng cứ việc cho rằng câu dưới phải đọc không có dấu phẩy, để hợp với kiểu giải thích của bà!

Có thể thấy rằng nếu phải đọc theo kiểu không có dấu phẩy như bà Phạm Thị Hảo đã dùng cho câu dưới, thì cụm 10 chữ ở câu trên phải là *quyền phá lỗ Trương tướng quân còn cuộc nghĩa binh*, để đối xứng với cụm 10 chữ *bảng phong thần Phan học sĩ hết lòng mưu quốc* ở câu dưới. Mà như vậy thì câu trên sẽ chẳng có nghĩa lý gì hết! Cho nên bà Phạm Thị Hảo chỉ cho đọc với dấu phẩy ở câu sau mà thôi, và Phan Thanh Giản chỉ có tên trong một bảng phong thần đặc biệt duy nhất dành cho ông mà thôi!

Đến đây thì phải nhìn nhận rằng mức độ can đảm của bà Phạm Thị Hảo đã lên tới cao điểm, khi mà theo lý luận của bà thì có nhiều bảng phong thần gồm đủ các thể loại mà bà bắt "ai cũng hiểu", và rằng bảng phong thần của Phan Thanh Giản là loại không hiện hữu, bởi lẽ nó ít được ai thấy.

Với cách lý luận như trên thì không hiểu bà Phạm Thị Hảo sẽ giải thích ra sao về hai câu điếu Trương Định, cũng của Nguyễn Đình Chiểu:

Bài văn phá Lỗ, cờ chưa tế,
Tấm bảng phong-thần gió đã kinh.

Nếu theo kiểu giải thích của bà Phạm Thị Hảo như trên thì chẳng hóa ra bảng phong thần của Trương Định là thuộc loại, hay có tên, là *"bảng phong thần gió đã kinh"*, giống như *"bảng phong thần Phan học sĩ hết lòng mưu quốc"* chăng?

Trong khi điều có thể thấy được là Nguyễn Đình Chiểu khi nói về bảng Phong Thần trong các bài thơ văn để điếu các anh hùng nghĩa sĩ thì ý của ông cho rằng họ chết đi sẽ thành thần, giống như những vị trung thần nghĩa tử của nhà Trụ khi chết được lên bảng phong thần trong truyện *Phong Thần Diễn Nghĩa*. Do đó mà Trương Định chết đi cũng thành thần: *Linh hồn nay đã tách theo thần*, mà Phan Thanh Giản khi chết đi cũng thành *học sĩ thần*.

Chứ chưa có ai, và chắc chắn là không phải Nguyễn Đình Chiểu, lại đem phân loại các bảng Phong Thần như bà Phạm Thị Hảo sáng tạo trên đây; bên cạnh việc sửa luôn văn chương Đồ Chiểu trong mục đích bôi nhọ Phan Thanh Giản.

IV.

Nguyễn Đình Chiểu Nghĩ Gì Về Phan Thanh Giản Qua 10 Bài Thơ "Điếu Phan Công Tòng"

Một điều mà ta có thể thấy từ các bài viết của những người cho rằng Nguyễn Đình Chiểu đã chê bai hay nhục mạ thay vì khen ngợi Phan Thanh Giản qua hai bài thơ điếu nói trên, là họ đã sử dụng tất cả mọi mánh khóe, mọi thủ thuật để đạt cho bằng được mục đích bôi nhọ Phan Thanh Giản. Như cách sử dụng phiên bản không chính xác hay một vài chữ trong một câu thơ không rõ nghĩa, hay ngụy tạo chi tiết lịch sử, hay cách đọc hiểu lạ đời, để từ đó cho rằng Nguyễn Đình Chiểu đã ngấm ngầm phê phán chê bai Phan Thanh Giản.

Nhưng một điều mà họ đã không thể nào làm được, cho dù đã sử dụng tất cả các thủ thuật như trên, là chứng minh ngược lại ý nghĩa của hai bài thơ; nhất là khi nhìn chúng với một cái nhìn tổng thể. Vì hai bài thơ này rõ ràng là một lời khen tặng lòng trung nghĩa tiết tháo của Phan Thanh Giản, lòng thương dân của ông, và sự đau buồn của Nguyễn Đình Chiểu về kết cuộc bi thảm do hoàn cảnh đẩy đưa.

Do đó nên những tác giả nói trên đã phải sử dụng cùng một mánh khóe: gán cho Nguyễn Đình Chiểu cách "nói vậy nhưng không phải vậy"; để cho rằng ý thật của ông là chê trách Phan

Thanh Giản, cho dù khen tặng ngoài mặt. Vì chỉ khi làm điều đó thì họ mới có thể giải thích ngược lại với sự khen tặng Phan Thanh Giản một cách rất rõ rệt của Nguyễn Đình Chiểu.

Nhưng khi sử dụng thủ thuật này thì vô hình trung họ đã biến Nguyễn Đình Chiểu thành một thi sĩ giống như ông Tam Nguyên Yên Đổ Nguyễn Khuyến, với những câu thơ thương xót quan Thượng Báo bị cướp theo kiểu *Xương già da cọp có đau không*, hoặc khi than thở rằng *Ao sâu nước cả khôn chài cá/ Vườn rộng rào thưa khó đuổi gà* để giải thích tại sao "bạn" đến chơi nhà mà chỉ có "ta với ta"; mặc dù chẳng mấy khi mà "bác tới nhà"!

Mà nhà thơ xứ Ba Tri là Nguyễn Đình Chiểu thì hoàn toàn không bao giờ có giọng điệu và văn phong kiểu này. Nhưng những tác giả nói trên khi gán cho Nguyễn Đình Chiểu một văn (thi) phong như vậy lại không bao giờ chịu khó đọc văn thơ của ông để biết điều đó. Mà họ chỉ dựa trên một vài mánh khóe trong việc giải thích hai bài thơ, như đã trình bày ở trên. Cho nên họ mới tạo ra những điều buồn cười - như việc ông Trần Khuê cầm nhầm cái sai của ông Lê Thọ Xuân, như việc bà Phạm Thị Hảo cho rằng câu *Trong thi cho ngụ tấm lòng Xuân Thu* là lấy từ Lục Vân Tiên!

Hơn nữa, sự thiếu thốn bằng chứng của họ còn được thể hiện qua việc ông Trần Khuê đem con số bao nhiêu bài thơ ra để lý luận rằng vì Nguyễn Đình Chiểu chỉ làm có hai bài thơ điếu Phan Thanh Giản, trong khi làm đến 12 bài khóc Trương Định và đến 10 bài khóc Phan Tòng, cho nên suy ra Nguyễn Đình Chiểu ắt phải không kính trọng Phan Thanh Giản bằng những người đó.

Thế nhưng như đã nói, những vị tác giả này chắc chắn không hề đọc những bài thơ nói trên của Nguyễn Đình Chiểu. Vì vậy cho nên ông Trần Khuê mới không biết rằng trong 10 bài thơ điếu Phan Tòng, Nguyễn Đình Chiểu đã viết cái gì! Bởi nếu mà ông thật tình có đọc thơ Nguyễn Đình Chiểu, đặc biệt là 10 bài Điếu Phan Tòng, và hiểu nổi ý nghĩa của chúng, thì có lẽ ông đã không dám nói như trên.

Bởi vì tuy có tựa đề và mục đích là điếu Phan Tòng, nhưng Nguyễn Đình Chiểu đã nhân cơ hội này để một lần nữa nói lên sự kính trọng hay mối thâm tình mà ông dành cho vị quan Phan - Phan Thanh Giản. Ông đã dùng những bài thơ này để nói rằng cái chết và sự hy sinh của Phan Tòng là do noi theo tấm gương trung nghĩa của Phan Thanh Giản, và cả hai người sẽ để lại bia son muôn đời cho hậu thế.

Tiếc thay, chẳng những ông Trần Khuê, ông Trần Nghĩa và bà Phạm Thị Hảo hoàn toàn không hề đọc 10 bài Điếu Phan Tòng nên không hiểu được điều này, mà hầu như tất cả những nhà bình luận nghiên cứu về Nguyễn Đình Chiểu trong suốt mấy mươi năm qua và trong không biết bao nhiêu cuộc hội thảo và bài viết về Nguyễn Đình Chiểu, cũng không thấy được điều đó. Thậm chí có nhiều nhà nghiên cứu còn hiểu sai, rồi trích dẫn sai ý nghĩa những câu thơ trong 10 bài này nữa.

Trong khi đó người viết bài này nhân việc khảo cứu để viết một cuốn sách về Phan Thanh Giản trong thời gian gần đây nên đã có dịp đọc kỹ 10 bài thơ trên; cũng vì biết rằng Phan Tòng có mối liên hệ với dòng họ Phan. Theo những tài liệu hiếm hoi còn lưu lại, Phan Tòng đã tham gia đánh Pháp và hy sinh vào tháng 11 năm 1867 trong cuộc khởi nghĩa Hương Điểm, chỉ vài tháng sau cái chết của Phan Thanh Giản vào ngày 4 tháng 8 cùng năm; và đó là do sự quen biết với, hay vận động của, hai vị "công tử" con Phan Thanh Giản là Phan Liêm và Phan Tôn.[54]

Và người viết đã tìm thấy một chứng minh rõ ràng nhất cho sự kính mến mà Nguyễn Đình Chiểu đã dành cho Phan Thanh Giản, trong 10 bài thơ điếu Phan Tòng của Nguyễn Đình Chiểu.

---

[54] Phan Tòng tên thật Phan Ngọc Tòng là người cùng xứ Ba Tri với Nguyễn Đình Chiểu. Ông là một nhà nho và là một thầy giáo (hương giáo). Vì tham gia cuộc khởi nghĩa của Phan Liêm và Phan Tôn mà hy sinh tại Giồng Gạch vào tháng 11 năm 1867. Rất ít tài liệu còn sót lại về ông, trong đó có một tài liệu gần như duy nhất là cuốn *Tỉnh Bến Tre Trong Lịch Sử Việt Nam* của ông Nguyễn Duy Oanh. Theo tài liệu trên, ông Nguyễn Duy Oanh cho biết tên thật của ông là Phan Ngọc Tòng. Nguyễn Duy Oanh. *Tỉnh Bến Tre Trong Lịch Sử Việt Nam*. Sài Gòn, Phủ Quốc Vụ Khanh Đặc Trách Văn Hóa Xuất Bản 1971, p. 217, p. 355. Người viết xin được dùng tên "Phan Tòng", cũng như "Trương Định" là tên thường nghe, thay vì "Phan Công Tòng" hay "Trương Công Định", trong bài viết này.

Nếu như hai bài thơ điếu Phan Thanh Giản đã được Nguyễn Đình Chiểu làm ra một thời gian ngắn sau cái chết của Phan Thanh Giản và cho thấy sự đau đớn xót thương của Nguyễn Đình Chiểu, thì chỉ mấy tháng sau đó ông lại phải đối phó với cái chết của Phan Tòng, một người đồng hương, đồng trang lứa, đồng nghiệp và đồng "đạo" với ông. Điều này đã làm cho Nguyễn Đình Chiểu xúc động mà làm ra 10 bài thơ liên hoàn để điếu Phan Tòng. Nhưng cũng chính trong 10 bài thơ đó Nguyễn Đình Chiểu đã nói rõ rằng cái chết của Phan Tòng đã làm cho ông cũng như trăm họ buồn rầu tưởng nhớ đến vị "quan Phan" đã qua đời cách đó không lâu. Bên cạnh việc thuật lại hành trạng của Phan Tòng trong 10 bài thơ, Nguyễn Đình Chiểu còn khẳng định rằng cái chết của Phan Tòng là một biểu hiện cho lòng trung nghĩa hy sinh, giống như vị "quan Phan" - Phan Thanh Giản.

Trước khi thảo luận, người viết xin chép lại dưới đây toàn văn 10 bài thơ điếu Phan Tòng, theo bản của ông Phan Văn Hùm trong cuốn *Nỗi Lòng Đồ Chiểu*:

Điếu Phan Công Tòng

(Ở làng Bình-đông quận Ba-tri - Bến-tre - tử trận năm 1868 (ngày 17 tháng mười-một năm 1867 theo ông Lê ngọc Trụ) ở Giồng-gạch, cách chợ Ba-tri 2 km)

Gồm có mười bài liên-hoàn bát cú.

I

Thương ôi! người ngọc ở Bình-đông
Lớn nhỏ trong làng thảy mến trông.
Biết đạo khác phe con mắt tục
Dạy dân giữ vẹn tấm lòng công.
Đặng danh vừa rạng bề nhà-cửa,
Vì nghĩa riêng đền nợ núi-sông.
Một trận trải gan trời đất thấy,
So xưa nào thẹn tiếng anh-hùng.

II

Anh-hùng thà thác chẳng đầu Tây
Một giấc sa-trường phận rủi may.
Viên đạn nghịch-thần treo trước mắt,
Lưỡi gươm địch-khái nắm trong tay.
Đầu tang ba tháng trời riêng đội,
Lòng giận ngàn thu đất nổi dày.
Tiết mới một lòng ra đất trụm.
Cái xên con rã nghĩ thương thay!

III

Thương thay, tạo-vật khuấy người ta,
Nam đổi làm Tây, chính lại tà.
Trống nghĩa bảo an theo sấm rạp.

Cờ thù công-tử guộng mây qua.
Én vào nhà khác toan nào kịp
Hươu thác tay ai vọi hỡi xa
Trong số nên hư từng trước mắt,
Người ơi! trời vậy tính sao ra.

IV

Sao ra nhảy-nhót giữa vòng danh,
Son đóng chưa khô ấn đốc-binh.
Đuốc gió nhẹ xao đường thủy-thạch
Cỏ hoa ngùi động cửa trâm-anh,
Trên dòng lửa cháy cờ tam-sắc
Dưới gảnh đèn lờ bản thất-tinh.
Dẫu khiến nghe can vùng đất hiểm,
Chờ trời nào đến tuổi vong-linh.

V

Vong-linh sớm gặp buổi đời-suy
Trăm nét cân-đo, ít lỗi-nghì.
Bóng-bọt hình-hài vừa lố thấy,
Ngút mây phú-quí bỗng tan đi.
Sanh năm mươi tuổi ăn-chơi mấy,
Quan bảy tám ngày sướng-ích chi.
E nỗi dạ-đài quan lớn hỏi:
"Cớ sao xếu-mếu cõi Ba-tri?"

VI

Ba-tri từ vắng tiếng hơi chàng,
Gió thảm mưa sầu khá xiết than.
Vườn luống trông xuân hoa ủ-dột,
Ruộng riêng buồn chủ lúa khô-khan.
Bầy ma bất chánh dường làm nghiệt,
Lũ chó vô cô cũng mắc nàn.
Người ấy vì ai ra cớ ấy,
Chạnh lòng trăm họ khóc quan Phan.

VII

Quan Phan thác trọn chữ trung-thần,
Ôm tiết như người cũng nghĩa dân.
Làng đế đành theo ông hữu đạo,
Cõi phàm hổ ngó lũ vô quân
Lòng son xin có hai vầng tạc
Giồng-gạch thà không một tấm thân.
Ai khiến cuộc hòa ra cuộc chiến?
Người qua An-lái luống bâng-khuâng.

VIII

Bâng-khuâng ngày xế cả than trời,
Ai đổ cho người gánh nạn đời.
Nếm mật Cối-kê đâu chẳng giận,
Cắp dùi Bác-lãng há rằng chơi.

Một lòng cung-kiếm rồi vay trả.
Sáu ải tang-thương mặc đổi dời.
Thôi mất cũng cam, còn cũng khổ,
Nay Kim mai Tống, thẹn làm người.

IX

Làm người trung-nghĩa đáng bia son,
Đứng giữa càn-khôn tiếng chẳng mòn.
Cơm-áo đền-bồi ơn đất nước.
Râu-mày giữ vẹn phận tôi con.
Tinh-thần hai chữ phao sương tuyết
Khí-phách nghìn thu rỡ núi non.
Gẫm chuyện ngựa Hồ chim Việt cũ,
Lòng đây tưởng đó mất như còn.

X

Như còn chẳng gọi thế rằng cô.
Cái chuyện hoa-vi trước vẽ đồ.
Sở hỡi trót ghi cừu họ Ngũ
Hán đâu khỏi trả hận thằng Nô
Vàng tơ sử Mã giồi đường sứ,
Búa vớt kinh Lân lấp dấu hồ.
Ngày khác xa thơ về một mối,
Danh thơm người tới cõi Hoàng-đô.

Bài thơ số I miêu tả sơ lược về lai lịch Phan Tòng, cũng như cho thấy mối quan hệ giữa Nguyễn Đình Chiểu và Phan Tòng như là hai người bạn bè thân tình cùng vai vế; chứ không phải là mối quan hệ của một kẻ dưới với người trên như giữa Nguyễn Đình Chiểu với "quan Phan". Ngay lúc khởi đầu, Nguyễn Đình Chiểu đã gọi Phan Tòng là "người ngọc", là người có học, là người "biết đạo khác phe con mắt tục" giống như Nguyễn Đình Chiểu, và là một người thầy giáo "dạy dân". Sau chót, là một vị "anh hùng" đã vì nghĩa nên đứng lên đền nợ núi sông.

Đến bài số II, Nguyễn Đình Chiểu cho biết thêm rằng Phan Tòng mặc dù đang có tang, "đầu tang ba tháng" nhưng vì lòng giận Tây nên đã tham gia đánh Pháp. Hơn nữa, Nguyễn Đình Chiểu còn nhận xét rằng đó là do tấm lòng "địch khái" cũng như sự căm ghét "nghịch thần" của Phan Tòng.

Cần biết rằng chữ "nghịch thần" ở đây không phải là chữ Nguyễn Đình Chiểu đã dùng để gọi Phan Tòng; mà để nói về những người Việt theo Tây phản chúa.

Nhưng ông Xuân Diệu, một trong những nhà nghiên cứu thơ văn Nguyễn Đình Chiểu, lại cho rằng Phan Tòng cũng bị mang tiếng "nghịch thần" như Trương Định, khi nói về bài thơ này. Và quan trọng hơn nữa, ông Xuân Diệu đã hiểu lầm khi cho rằng Nguyễn Đình Chiểu gọi Phan Tòng là "quan Phan":

Tôi muốn hiểu rằng: học đạo Nho, cụ Đồ Chiểu đã dùng bút pháp ấy để đề cao Trương Định và Phan Tòng; chức của hai liệt sĩ chưa phải là lớn, cụ Đồ Chiểu đã dụng ý chen chữ Công vào giữa họ và tên; Trương Công Định, Phan Công Tòng; cũng như xã hội đang trọng quan, mà Phan Tòng lúc ấy đánh Pháp bị triều đình Huế coi là nghịch thần, bị xâm lược Pháp gọi là giặc, thì Nguyễn Đình Chiểu cố ý viết:

'Trạnh lòng trăm họ khóc quan Phan'
Và láy lại theo điệu thơ thập thủ liên hoàn:
'Quan Phan thác trọn chữ trung thần'[55]

Không hiểu rằng ông Xuân Diệu đã nói vậy vì hiểu lầm, hay do cố tình đồng hóa Phan Tòng với Trương Định. Nhưng điều này chắc chắn sai, bởi Trương Định quả đã bị "mang tiếng nghịch thần" do không tuân theo lệnh vua mà bãi binh sau hòa ước 1862. Đó là khi nhà Nguyễn cắt 3 tỉnh miền Đông cho Pháp, và một trong những điều kiện để Pháp trả lại Vĩnh Long là những lực lượng kháng chiến như Trương Định phải được triều đình giải giáp. Tuy nhận được sự ủng hộ của triều đình, nhưng Trương Định ngoài mặt đã tỏ ra không tuân lệnh này và tiếp tục đánh Pháp. Do đó, theo Nguyễn Đình Chiểu thì Trương Định vì đã "ngay chúa", nên "nào lo tiếng nghịch thần".

---

[55] Xuân Diệu, "Đọc Lại Thơ Văn Nguyễn Đình Chiểu" (1972). In lại trong *"Nguyễn Đình Chiểu, Tác Gia Và Tác Phẩm"*, Nguyễn Ngọc Thiện Tuyển Chọn Và Giới Thiệu, NXB Giáo Dục 1998, pp. 484-512, 502.

Còn trong trường hợp Phan Tòng thì cần nhớ rằng vào năm 1867 ba tỉnh miền Tây chưa thuộc về Pháp, nên khi Pháp đánh chiếm ba tỉnh này và sau khi Phan Thanh Giản tự tử thì những người dân "trung nghĩa" như Phan Tòng đã theo Phan Liêm, Phan Tôn nổi dậy chống lại quân Pháp. Và như thế thì hoàn toàn không thể gọi họ là "nghịch thần" được. Mà phải ngược lại, là "trung thần" mới đúng!

Nhưng ông Xuân Diệu, cũng như rất nhiều nhà nghiên cứu về thơ văn Nguyễn Đình Chiểu khác, đã vì mục đích chính trị mà cố tình đánh đồng Phan Tòng với Trương Định như là những anh hùng "nông dân", được ủng hộ dưới ngòi bút của nhà thơ yêu nước Nguyễn Đình Chiểu. Do đó mà ông Xuân Diệu mới dẫn dắt người đọc vào những sai lầm tai hại như trên. Chỉ có điều là sự thật lịch sử thì không thể bẻ cong được, bởi hoàn cảnh của hai người này hoàn toàn khác nhau.

Và do đó, phải hiểu rằng *Viên đạn nghịch thần treo trước mắt* trong bài thơ là viên đạn mà Phan Tòng muốn dành cho những tay "nghịch thần" thứ thiệt, cũng như "lưỡi gươm địch khái" mà ông đã "nắm trong tay" là dành cho giặc. Bởi do không phải là một vị quan võ trở thành lãnh đạo kháng chiến trong vùng đất đã cắt cho Pháp như Trương Định, mà là một người dân đứng lên chiến đấu để bảo vệ đất đai của nhà vua, nên Phan Tòng chính là một "nghĩa dân" chứ không bao giờ phải "lo tiếng nghịch thần" như Trương Định.

Hơn nữa, có thể thấy rằng Trương Định lúc nào trong cách gọi của Nguyễn Đình Chiểu cũng là một vị "tướng quân", cực kỳ trang trọng. Như *Sáu tỉnh còn roi dấu tướng quân, Hội này nào thấy tướng quân đâu*, hoặc *Trương tướng quân còn cuộc nghĩa binh*. Tức là đối với Trương Định thì Nguyễn Đình Chiểu phải trang trọng gọi là "Trương tướng quân", cũng như với Phan Thanh Giản thì Nguyễn Đình Chiểu gọi là "Phan học sĩ" hay "Quan Phan", như sẽ thấy trong 10 bài thơ này.

Trong khi đó, Phan Tòng lại hiện ra như một người bạn thân thiết và đồng vai vế với Nguyễn Đình Chiểu, qua cách Nguyễn Đình Chiểu gọi Phan Tòng trong những bài thơ kế.

Khi đến cuối bài thứ II thì mối liên hệ giữa Phan Tòng và Phan Thanh Giản cũng như lý do Phan Tòng tham gia đánh Pháp bắt đầu được Nguyễn Đình Chiểu giới thiệu với độc giả qua hai câu chót:

Tiết mới một lòng ra đất trụm
Cái xên, con rã, nghĩ thương thay

Theo người viết, sự kiện *cái xên, con rã, nghĩ thương thay* mà Nguyễn Đình Chiểu nói đến trong bài chính là sự kiện Phan Thanh Giản tự tử. Bởi trong một cuộc "rủi may" này, khi mà "cái xên"⁵⁶, thì "con rã", như một hình ảnh cho thấy khi người dẫn đầu (hay nhà cái) là Phan Thanh Giản, một người đại diện cho triều đình nhà Nguyễn trong vai trò Kinh Lược Sứ, nay đã chết, thì các tay con tức các quan binh dưới quyền cũng đều tan rã. Đó là chuyện vừa xảy ra, chỉ vài tháng trước khi có cuộc nổi dậy của Phan Liêm, Phan Tôn với sự tham gia của Phan Tòng.

Và Phan Tòng chắc chắn không phải là nhà cái hay một người chủ trì của cuộc kháng chiến. Mà ông chỉ là một người thường dân tham gia đánh Pháp theo hai vị "công tử" là Phan Liêm và Phan Tôn, để báo thù cho Phan Thanh Giản thôi.

Người viết xin tự nhận là không hoàn toàn chắc chắn lắm về sự kiện "cái xên, con rã" và cách hiểu nói trên, bởi dù sao đây cũng là một câu thơ. Nhưng nếu theo thứ tự và ý nghĩa của câu thơ đó, cũng như của tất cả 10 bài thơ, thì chỉ có thể hợp lý nếu Nguyễn Đình Chiểu đang nói về việc Phan Thanh Giản tự tử. Vì từ sự việc đó mới dẫn đến cuộc nổi dậy của hai công tử họ Phan để báo thù cha, và dẫn đến sự tham gia cuộc kháng chiến đó của Phan Tòng.

Cũng như bởi vì ngay sau sự kiện "cái xên, con rã" mà Nguyễn Đình Chiểu vừa nói đến ở cuối bài số II thì mới có tình trạng mà

---

⁵⁶ Huỳnh-Tịnh Paulus Của. *Đại Nam Quấc Âm Tự Vị*. Tome II. Saigon, Imprimerie Rey, Curiol, 1896, p. 579: "Xên: luyện cho trong sạch, tính cho xong, bãi đi. Xên sòng - bãi cuộc chơi cờ bạc, Xên đi - bãi đi, thôi đi".

ông diễn tả trong bài số III kế tiếp, là "tạo-vật khuấy người ta", để cho *Nam đổi làm Tây, chính lại tà*. Đó chính là tình trạng của 3 tỉnh miền Tây khi giờ đây đã lọt vào tay quân Pháp:

Thương thay, tạo-vật khuấy người ta,
Nam đổi làm Tây, chính lại tà.

Chính sự thay chủ đổi ngôi này đã dẫn đến cuộc nổi dậy của hai người "công tử" con trai của Quan Phan - Phan Thanh Giản, là Phan Liêm và Phan Tôn. Và đó là cuộc khởi nghĩa tại xứ Bảo An của Phan Tòng mà Phan Tòng đã nhận lời tham gia. Sự kiện này được Nguyễn Đình Chiểu diễn tả trong hai câu thơ tiếp theo của bài số III:

Trống nghĩa bảo-an theo sấm rạp.
Cờ thù công-tử guộng mây qua

Công tử ở đây chính là hai công tử Phan Liêm và Phan Tôn, con của Kinh Lược Sứ Phan Thanh Giản. Và theo Nguyễn Đình Chiểu thì mục đích là để báo thù cho cha, nên họ đã khởi nghĩa ngay sau cái chết của Phan Thanh Giản, và tại xứ Bảo An, trong đó có làng (An) Bình Đông của "người ngọc" Phan Tòng.[57]

Hai vị công tử này chắc hẳn đã quen biết với Phan Tòng từ lâu

---

[57] Xin xem Nguyễn Duy Oanh, Ibid, về các địa danh nói trên trong tỉnh Bến Tre.

vì là người đồng hương, nên họ đã lập tức phong cho vị hương giáo "biết đạo" và "vì nghĩa" này chức "đốc binh" trong đội quân khởi nghĩa. Việc đó xảy ra vào khoảng tháng 11 năm 1867, vài tháng sau cái chết của Phan Thanh Giản.

Rồi theo bài số IV, Phan Tòng dù từ trước đến giờ chỉ là thầy giáo, nhưng đã nhận lời tham gia kháng chiến với chức Đốc Binh vừa được hai công tử phong cho:

Sao ra nhảy-nhót giữa vòng danh,
Son đóng chưa khô ấn đốc-binh.

Nhưng than ôi, cuộc khởi nghĩa dù cho có đốt được thuyền giặc Pháp: *Trên dòng lửa cháy cờ tam sắc*, thì cái giá phải trả cũng rất cao, với mạng sống của nhiều nghĩa quân: *Dưới gảnh đèn lờ bản thất tinh*. Và trong số người hy sinh đó có đốc binh Phan Tòng, người mà theo Nguyễn Đình Chiểu thì *nào đến tuổi vong-linh* tức là còn quá sớm, chưa đến tuổi phải chết.

Rồi đến bài số V, Nguyễn Đình Chiểu cho biết lý do mà Phan Tòng đã tham gia kháng chiến và hy sinh tính mạng, dù theo ông chưa tới số chết. Không phải vì Phan Tòng ham danh muốn làm quan hay muốn giàu sang. Bởi Phan Tòng đã năm mươi tuổi và vốn chẳng phải người ăn chơi; lại càng chẳng phải người tham lam chức tước:

Sanh năm mươi tuổi ăn chơi mấy,
Quan bảy tám ngày sướng-ích chi.

Mà lý do là vì *gặp buổi đời suy*, hay cái buổi mà *Nam đổi làm Tây, chính lại tà* như trên sau sự kiện "cái xên, con rã", khiến cho xứ Ba Tri của ông nay thuộc về tay giặc.

Nhưng có một lý do gần gũi và hệ trọng hơn nữa, là do ông không biết sẽ phải ăn nói làm sao với "quan lớn" Phan:

E nỗi dạ-đài quan lớn hỏi:
"Cớ sao xếu-mếu cõi Ba-tri"

Xếu-mếu tức là "kinh sợ, ngã nghiêng"[58], và quan lớn ở đây chẳng phải ai khác lạ mà chính là vị quan Phan vừa mới qua đời mấy tháng trước đó.

Hai câu cuối này cho thấy mối quan hệ giữa Phan Thanh Giản và thế hệ các nho sĩ Nam Kỳ thuộc lứa tuổi trên dưới 50 lúc đó của Nguyễn Đình Chiểu và Phan Tòng. Đó là sự kính nể tột bậc đối với một vị đàn anh, một vị trung thần đáng noi gương. Đến nỗi Nguyễn Đình Chiểu cho rằng lý do mà Phan Tòng theo hai công tử họ Phan tham gia đánh Pháp là do ảnh hưởng của quan lớn Phan, người vừa mất cách đó vài tháng. Do e ngại rằng quan Phan sẽ chất vấn vì sao lại để cho xứ Ba Tri của mình ra cớ đó,

---

[58] Huình-Tịnh Paulus Của, Ibid, p. 585

nên Phan Tòng đã nhận lời tham gia kháng chiến cùng với hai công tử con của "quan lớn".

Qua bài số VI, Nguyễn Đình Chiểu một lần nữa cho thấy mối quan hệ thân thiết như bạn bè giữa ông với Phan Tòng, khi ông gọi Phan Tòng là "chàng"; chứ không phải là "tướng quân" như khi ông gọi Trương Định:

Ba-tri từ vắng tiếng hơi chàng,
Gió thảm mưa sầu khá xiết than

Hơn nữa, hai câu thơ kế còn cho biết Phan Tòng cũng chính là một người nông dân bình thường ở xứ Ba Tri; có vườn có ruộng:

Vườn luống trông xuân hoa ủ-dột,
Ruộng riêng buồn chủ lúa khô-khan

Rồi Nguyễn Đình Chiểu miêu tả tình hình của xứ Ba Tri sau cái chết của Phan Tòng. Đó là sau khi "chàng" đã vắng bóng ở Ba Tri thì có những kẻ đã thừa cơ hội xứ này không còn người thầy uy tín "biết đạo" và "dạy dân" đó để toan bề nhũng nhiễu dân làng:

Bầy ma bất chánh duồng làm nghiệt,
Lũ chó vô cô cũng mắc nàn.

Và đến đây thì Nguyễn Đình Chiểu đã nói đến mức khó thể rõ hơn, rằng sự thể mà đến mức tan nát rối loạn như vậy chính là bắt đầu từ cái chết của quan Phan - Phan Thanh Giản. Tức là vì sự hy sinh của "chàng" Phan Tòng dẫn đến tình hình bi thảm như ngày nay, mà mọi người, hay *trăm họ*, đều chạnh lòng thương nhớ đến vị quan đã từng bảo hộ cho họ trong bao nhiêu năm trước đó, vị "quan Phan":

Người ấy vì ai ra cớ ấy,
Chạnh lòng trăm họ khóc quan Phan

Cần phải giải thích cho rõ ràng tại đây rằng "quan Phan" mà Nguyễn Đình Chiểu nói trong bài thơ này chính là Phan Thanh Giản chứ không phải là Phan Tòng. Đây là điều rất dễ bị lầm lẫn vì cả hai đều họ Phan. Nhưng như đã giải thích, Nguyễn Đình Chiểu gọi Phan Tòng là "chàng", là "người ngọc"; và thuật lại cuộc đời của Phan Tòng từ góc cạnh của một người bạn. Rồi Nguyễn Đình Chiểu còn cho biết rằng Phan Tòng không phải là người tham danh lợi muốn làm quan, khi viết "quan bảy tám ngày sướng-ích chi".

Do đó, hai chữ "quan Phan" ở đây nhất quyết không phải là những chữ mà Nguyễn Đình Chiểu dùng để gọi Phan Tòng, khi xét đến mối quan hệ thân thiện giữa hai người.

Thế nhưng một nhà nghiên cứu về Nguyễn Đình Chiểu là nhà

thơ Xuân Diệu đã lầm lẫn về chính điều này. Mà như đã nói, đó là do ông Xuân Diệu muốn cho Phan Tòng cũng giống như Trương Định dưới ngòi bút Nguyễn Đình Chiểu. Ông Xuân Diệu nói rằng Nguyễn Đình Chiểu đã cố tình gọi Phan Tòng là "quan Phan" như sau:

Trương Công Định, Phan Công Tòng; cũng như xã hội đang trọng quan, mà Phan Tòng lúc ấy đánh Pháp bị triều đình Huế coi là nghịch thần, bị xâm lược Pháp gọi là giặc, thì Nguyễn Đình Chiểu cố ý viết:

'Trạnh lòng trăm họ khóc quan Phan'
Và láy lại theo điệu thơ thập thủ liên hoàn:
'Quan Phan thác trọn chữ trung thần'[59]

Nhưng ông Xuân Diệu lại không biết rằng ở xứ Nam Kỳ trong thời gian đó thì chỉ có một người duy nhất được tất cả dân chúng thân mến gọi là 'quan Phan' mà thôi, và đó là Phan Thanh Giản.

Điển hình là một đoạn thơ rất dài sau đây trong tác phẩm *"Thơ Nam Kỳ"*, cho thấy tấm lòng của người dân Nam Kỳ đối với vị quan Phan này:

---

[59] Ibid

"207. **Quan Phan** sành sỏi tuổi cao

Ba đời tôi chúa sống (sóng) xao không sờn;

Chăn dân đặng chữ thanh cần

Trèo non qua biển suối lần chi nao;

Dầu hao tim bất (bấc) chẳng hao:

Tác gì mặc tác tâm lao ân cần

Đông tây lặng (lặn) lội châu trần

Cầu an nhà nước nghĩ thân chi già!

Chẳng qua thì (thời) vận nước nhà

Vì chơn (chân) cơ hội chánh tà lập công

Số là trời định chẳng không

Vần xây Tây trị dân trong Nam kỳ

Nào ai dễ cải vận thì (thời)

Ông Phan tức bụng chớ gì nhìn (nhịn) cơm

Tại đâu lòng chịu dạ cam

Nhịn ăn một tháng chẳng kham hơi mòn

...

Ông Phan chung mạng chi còn

Chúng ta thể gỏ (gỗ) lăng (lăn) tròn như cây

Hùm đà gảy (gãy) kiếng (cánh) mất vây

Dầu hay bay nhảy khó vầy cho nên

Trẻ già lụy nhỏ dưới trên

Quan Tây tôn kính đứng danh trung hiền

Đổi thay Nam địa Tây thiên

Ông Phan mạng một Tây phiền lòng thương,

Táng chôn đưa đón phô trương,

*Thỏa an linh táng phỉ dường nghĩa nhân"*⁶⁰

Như vậy, đối với người dân Nam Kỳ, chữ "quan Phan", hay "ông Phan", hay "Phan công", chỉ có thể dùng để chỉ một người duy nhất mà thôi, và đó là Phan Thanh Giản. Đó là vì Phan Thanh Giản chính là người đã bảo hộ cho họ, những người "nhứt phương dân" ở xứ Nam Kỳ; vì ông đã luôn *Chăn dân đặng chữ thanh cần.* Cho nên khi ông mất đi thì *Chúng ta thể gỗ (gỗ) lăng (lăn) tròn như cây.* Do đó, khi ông mất thì những người dân Nam Kỳ này đã thương tiếc ông đến mức *Trẻ già lụy nhỏ dưới trên.*

Đó cũng chính xác là những gì mà Nguyễn Đình Chiểu vừa nói trong bài thơ số VI, là lý do tại sao toàn thể dân chúng Nam Kỳ lại *Chạnh lòng trăm họ khóc quan Phan,* khi đau buồn về sự hy sinh của Phan Tòng.

Nhưng chẳng phải chỉ cho thấy sự kính mến của toàn dân Nam Kỳ nói chung đối với Phan Thanh Giản như vậy không thôi, mà Nguyễn Đình Chiểu còn đi thẳng vào lý do tại sao ông lại dành một phần rất lớn của 10 bài thơ này để nói về Phan Thanh Giản (và có thể nói rằng đó là ý chính của 10 bài thơ điếu Phan Tòng).

---

⁶⁰ Michel Đức Chaigneau. *"Thơ Nam Kỳ ou Lettre Cochinchinoise Sur Les Événements De La Guerre Franco- Annamite"*, Traduite Par M.D. Chaigneau. Paris, Imprimerie Nationale 1886. Những chữ in đậm là do người viết nhấn mạnh.

Đó là vì Nguyễn Đình Chiểu đã khẳng định rằng chết như Phan Tòng là chết vinh, do ông đã noi gương trung nghĩa của quan Phan.

Và bài thơ số VII đã nói lên cái ý chính này:

Quan Phan thác trọn chữ trung-thần,
Ôm tiết như người cũng nghĩa dân

Như đã nói, đức tính số 1 của Phan Thanh Giản, theo Nguyễn Đình Chiểu, là lòng trung quân giữ trọn đạo thần tử của ông. Nếu như mấy tháng trước đó Nguyễn Đình Chiểu đã từng viết *Minh tinh chín chữ lòng son tạc*, đã viết *Tận trung hà hận tử Trương Tuần* để điếu Phan Thanh Giản, thì có thể rằng ông thấy như vậy vẫn chưa nói hết ý, vẫn chưa trình bày hết sự ngưỡng mộ của ông đối với vị quan Phan. Cho nên bây giờ nhân dịp này ông nhắc lại một lần nữa, và viết không thể rõ ràng hơn nữa, là quan Phan dù chết đi nhưng đã làm trọn vai trò trung thần.

Và cái "tiết nghĩa" của Phan Thanh Giản, điều đã được Nguyễn Đình Chiểu nói đến trong câu *Bỉnh tiết tằng lao sinh Phú Bật* mấy tháng trước, cũng chính là điều mà Nguyễn Đình Chiểu hiện giờ cho rằng tất cả mọi người cần nên noi theo - để được mang danh "nghĩa dân" như Phan Tòng. Tức là nếu quan Phan - Phan Thanh Giản vì giữ tiết mà chết nên đã được mang danh "trung thần", thì những người thường dân mà "ôm tiết" theo ông như Phan Tòng, khi chết cũng sẽ được mang danh "nghĩa dân".

Do đó, trong hai câu kế của bài số VII, Nguyễn Đình Chiểu đã thuật lại và đã tỏ rõ thái độ của Phan Tòng hay của những "nghĩa dân". Đó là là thà chết mà được lên trời theo "ông hữu đạo" Phan Thanh Giản, chứ không muốn sống trên đời mà phải chung đụng với những loạn thần tặc tử, những "lũ vô quân" không biết đến vua cha:

Làng đế dành theo ông hữu đạo
Cõi phàm hổ ngó lũ vô quân

Cần biết rằng đây chính là hai câu thơ rất dễ bị hiểu lầm và trích dẫn sai lầm. Điển hình là nhà nghiên cứu Trần Ngọc Vương trong một bài viết về lòng trung quân và ái quốc của Nguyễn Đình Chiểu đã cho rằng câu trên là để nói về vua, là "*lăng để dành theo ông hữu đạo*", như sau:

Nói một cách so sánh thì ở Nguyễn Đình Chiểu, *ái quốc là tuyệt đối và trung quân là tương đối... Ông không thể quan niệm nước mà không gắn với ngôi vua, nhưng ngôi vua ấy, phải là '**lăng để dành theo ông hữu đạo, cõi trần hổ ngó lũ vô quân***'[61]

---

[61] Trần Ngọc Vương, Những Đặc Điểm Mang Tính Quy Luật Của Sự Phát Triển Văn Học Nhìn Nhận Qua Sáng Tác Của Nguyễn Đình Chiểu, *Tạp Chí Văn Học, Số 3, 1992*. In lại trong *"Nguyễn Đình Chiểu, Tác Gia Và Tác Phẩm"*, Nguyễn Ngọc Thiện Tuyển Chọn Và Giới Thiệu, NXB

Nhưng thật ra câu thơ này không hề nói đến lăng mộ chi hết, mà nói về **"làng đế"** tức **"đế hương"**, một điển tích mà người viết đã nói tới ở trên khi bàn về câu *Dàu dàu mây bạc cõi Ngao Châu* trong bài thơ Nôm. Và theo ông Phan Văn Hùm giải thích thì đó là câu "thừa bỉ bạch vân, chí vu đế hương" trong sách Trang Tử, tức là cưỡi mây trắng lên làng của Thượng Đế, cũng là cõi trời, và có nghĩa là từ trần.[62]

Do đó, câu thơ trên nói lên ý muốn thà chết mà giữ đạo nghĩa và được lên trời như "ông hữu đạo" Phan Thanh Giản. Nghĩa là theo Nguyễn Đình Chiểu thì Phan Tòng thà chết mà được lên trời theo Phan Thanh Giản cho đúng đạo nghĩa; còn hơn sống mà không biết đạo, còn hơn sống mà phải hổ thẹn ngó thấy lũ loạn thần tặc tử đầu Tây, không kể gì đến đấng quân phụ.

Và bên cạnh điển tích "làng đế" nói trên, khái niệm "lũ vô quân" trong câu thơ sau để đối lại với "ông hữu đạo" Phan Thanh Giản trong câu thơ trước cũng đã bị lầm lẫn; như từng được trích dẫn ra thành *"lũ vô luân"* trong cuốn Nho Y Nguyễn Đình Chiểu của ông Trần Văn Tích.[63] Cần phải thấy rằng chữ đúng ở đây là "quân" tức vua, và câu này nói lên tư tưởng trung quân tuyệt đối của Nguyễn Đình Chiểu.

Giáo Dục, 1998, pp. 305-312, 309. Những chữ in đậm là do người viết muốn nhấn mạnh.
[62] Ibid
[63] Trần Văn Tích. Nho Y Nguyễn Đình Chiểu. Paris, An Tiêm 1993, p. 34.

Qua hai câu kế tiếp của bài số VII, Nguyễn Đình Chiểu lại một lần nữa nhắc đến tấm "lòng son", hay đan tâm, đặc trưng của Phan Thanh Giản. Và ông cho rằng bây giờ đã có thêm một tấm lòng son nữa ở bên cạnh, do noi theo tấm gương trung nghĩa của Phan Thanh Giản. Đó là tấm lòng son của Phan Tòng.

Theo Nguyễn Đình Chiểu thì Phan Tòng thà bỏ thân ở đất Giồng Gạch của xứ Ba Tri, để dù chết mà vẫn lưu lại tấm lòng son trong sử xanh, để được theo cùng Phan Thanh Giản mà làm nên hai tấm lòng son được muôn đời sau ghi tạc:

Lòng son xin có hai vầng tạc
Giồng-gạch[64] thà không một tấm thân

Hai vầng, hay hai tấm lòng son tạc trong câu thơ, là để nói đến việc Phan Tòng đã noi gương Phan Thanh Giản, thà hy sinh tính mạng vì lòng trung nghĩa mà được sử sách lưu danh, còn hơn sống mà phải chịu nhục nhã hổ thẹn chung đụng cùng với lũ vô quân.[65]

---

[64] Theo Nguyễn Duy Oanh, trận Giồng-gạch tại làng An-hiệp này nghĩa quân chết gần "hết trụi" nên nơi này còn được gọi là Gò Trụi, Ibid, pp. 217-218

[65] Theo Giáo Sư Trần Huy Bích, "hai vầng" ở đây có nghĩa là hai vầng nhật nguyệt. Ông Phù Lang Trương Bá Phát cũng nghĩ như vậy trong bài viết "Sáu Nén Hương Hoài Cổ Phan Công Tòng", *Tập San Sử Địa*, Số 17-18, Sài Gòn 1970, pp. 148-166, 159. Tuy nhiên người viết vẫn nghĩ rằng đó là hai tấm lòng son của hai ông Phan Thanh Giản và Phan Tòng, vì ý chính của bài thơ này là Phan Tòng đã noi gương trung nghĩa của Phan Thanh Giản, và ý tưởng này được biểu hiện qua những chữ "như người", "đành theo" trong các câu thơ trước đó. Hơn nữa, câu thơ

Như vậy, gần như toàn thể bài số VII này trong 10 bài thơ điếu Phan Tòng là để nói về Phan Thanh Giản. Theo đó, tác giả Nguyễn Đình Chiểu cho biết lý do tại sao Phan Tòng tham gia chống Pháp với hai công tử con của Phan Thanh Giản để báo thù và đã hy sinh. Nhưng cũng theo sự đánh giá của tác giả Nguyễn Đình Chiểu thì cái chết của Phan Tòng sẽ được lưu lại sử xanh, nhờ noi theo tấm gương trung nghĩa của quan Phan - Phan Thanh Giản.

Đến bài số VIII, Nguyễn Đình Chiểu đã lặp lại một lần nữa ý tưởng thà chết vinh còn hơn sống nhục và phải chịu sự thống trị của người Pháp. Và đó cũng chính là tâm sự cực kỳ đau khổ của người sống Nguyễn Đình Chiểu khi khóc thương người bạn Phan Tòng vừa mới qua đời:

Thôi! mất cũng cam, còn cũng khổ,
Nay Kim mai Tống thẹn làm người

Bởi theo sự suy nghĩ của Nguyễn Đình Chiểu thì làm người trung nghĩa khi chết đi danh tiếng vẫn còn được ghi vào bia son, muôn kiếp chẳng mòn. Còn sống mà phải chịu sự thống trị của ngoại bang là một điều hổ thẹn cho kiếp người.

---

này viết rằng "xin CÓ" thay vì "xin được" hai vầng tạc, cho thấy rằng hai "vầng" ở đây không phải là những gì đã hiện hữu muôn đời như hai vầng nhật nguyệt, mà là hai vầng hào quang mới được tạo ra để ghi tạc tấm lòng son của hai người họ Phan. Người viết xin trân trọng ghi nhận tại đây cách giải thích "hai vầng nhật nguyệt" của Giáo Sư Trần Huy Bích.

Do đó, chết như Phan Tòng là chết vinh, là chết cũng như còn, như Nguyễn Đình Chiểu đã tổng luận về phận sự của người làm trai trong bài thơ số IX:

Làm người trung-nghĩa đáng bia son,
Đứng giữa càn-khôn tiếng chẳng mòn
Cơm-áo đền bồi ơn đất nước.
Râu-mày giữ vẹn phận tôi con

Để đến bài số X cuối cùng thì Nguyễn Đình Chiểu nhắc lại mối thù cần phải ghi nhớ, cần phải trả:

Sở hõi trót ghi cừu họ Ngũ
Hán đâu khỏi trả hận thằng Nô

Và mối thù này có lẽ đã không bao giờ được trả; nhưng tên tuổi của Phan Tòng thì đã được Nguyễn Đình Chiểu góp phần ghi vào lịch sử, qua 10 bài thơ trên. Dù không phải là "sử Mã", không phải là "kinh Lân", nhưng mười bài thơ này của Nguyễn Đình Chiểu đã cho người đọc một cái nhìn trung thực về người bạn đồng đạo, đồng hương của ông.

Cũng như qua 10 bài thơ đó, Nguyễn Đình Chiểu đã lặp lại sự mến phục và thương tiếc vị quan Phan, đã cho biết rằng "trăm họ" ở Nam Kỳ đều khóc thương tưởng nhớ quan Phan nhân cái chết của Phan Tòng - một người nông dân bình thường nhưng đã nhận lời tham gia cuộc kháng chiến của hai người công tử con quan Phan vì mục đích báo thù cho quan Phan, và vì muốn noi gương trung nghĩa của quan Phan.

Tóm lại, 10 bài thơ điếu Phan Tòng của Nguyễn Đình Chiểu có một giá trị rất lớn về lịch sử cũng như về văn học, mặc dù từ trước đến giờ chỉ có giá trị văn học của chúng là được khai thác. Ít khi nào mà một nhân vật lịch sử lại được yêu mến như Phan Thanh Giản đến mức như vậy, với ngòi bút miêu tả của Nguyễn Đình Chiểu trong 10 bài thơ này.

Cũng như ít khi nào trong một bài văn tế hay thơ dùng để điếu một người (Phan Tòng) mà tác giả lại nhắc nhở đến một người khác (Phan Thanh Giản) với một sự kính mến như vậy. Nhất là khi chỉ mấy tháng trước đó thì tác giả Nguyễn Đình Chiểu đã làm hai bài thơ bằng chữ Hán và chữ Nôm để điếu Phan Thanh Giản, với những lời lẽ khen ngợi hết lòng.

Điều này chính là một chứng minh rõ ràng nhất cho lòng ngưỡng mộ, cho mối thâm tình mà Nguyễn Đình Chiểu đã dành riêng cho quan Phan - Phan Thanh Giản.

V.
Kết Luận

Trở lại với thời gian sau năm 1954 khi cuộc chiến giữa hai miền Nam Bắc Việt Nam bắt đầu, ngành sử học ở miền Bắc đã có một chủ trương rõ rệt về lịch sử, nhất là lịch sử của xứ Nam Kỳ. Chủ trương đó là kết tội những nhân vật có dính líu với nhà Nguyễn, và đặc biệt là những người muốn sử dụng đường lối ngoại giao như Phan Thanh Giản. Ông đã bị ngành sử học miền Bắc triệt để ghép vào tội "bán nước" và "đầu hàng". Trong khi đó, những nhân vật chủ chiến như Trương Định, như Nguyễn Đình Chiểu thì được ca tụng là những người "yêu nước".

Và thế là đối với các sử gia miền Bắc, những nhân vật "yêu nước" như Nguyễn Đình Chiểu không được quyền ca ngợi hay kính trọng những nhân vật bị coi là "bán nước" như Phan Thanh Giản, mặc dù sự thật là như vậy.

Ngược lại, những nhân vật "yêu nước" phải cho thấy có lập trường triệt để lên án những nhân vật "bán nước" kia.

Với mục đích đó, ông Viện Trưởng Viện Sử Học, người anh cả của làng sử học miền Bắc là ông Trần Huy Liệu đã sáng tạo ra câu "Phan Lâm mãi quốc, triều đình khí dân", rồi gán cho Trương Định hay nghĩa quân của Trương Định là tác giả câu này, khi ông quả quyết, mặc dù không có bằng chứng, là 8 chữ đó đã được đề lên lá cờ khởi nghĩa của Trương Định.

Cùng với mục đích đó, và để tiếp theo ông Viện Trưởng Viện Sử Học Trần Huy Liệu, ông Viện Trưởng Viện Hán Nôm Trần Nghĩa sau khi nhắc nhở mọi người về câu "Phan Lâm mãi quốc, triều đình khí dân" nói trên, liền gán cho Nguyễn Đình Chiểu ý tưởng chê trách Phan Thanh Giản qua bài thơ điếu chữ Hán. Ông Trần Nghĩa giải thích rằng Nguyễn Đình Chiểu đã đem hai nhân vật Phú Bật và Trương Tuần ra so sánh với Phan Thanh Giản để cho thấy cách xử trí và kết quả khác nhau. Mặc dù trong hai câu thơ đó ý của Nguyễn Đình Chiểu là muốn so sánh lòng trung nghĩa, tiết tháo, sự lao lực của Phan Thanh Giản với hai nhân vật trên.

Cùng với mục đích đó, và để tiếp theo ông Viện Trưởng Trần Nghĩa, một chuyên gia Hán Nôm là ông Trần Khuê đã chiếm đoạt một khám phá của nhà nghiên cứu Lê Thọ Xuân, nhằm gán cho Nguyễn Đình Chiểu việc muốn rủa Phan Thanh Giản là chết đi sẽ thành "quỷ", bằng cách sử dụng kiểu đếm chữ Quỉ Khốc Linh Thính mà ông gọi là "quy ước của người xưa", khi Nguyễn Đình Chiểu làm câu thơ "minh tinh chín chữ lòng son tạc". Bên cạnh việc sang đoạt này, sự thiếu hiểu biết về lịch sử cũng như về nghệ thuật thơ văn của Nguyễn Đình Chiểu đã làm cho sự sai lầm của ông Trần Khuê càng rõ ràng hơn.

Cùng với mục đích đó, năm 2017, bà Phạm Thị Hảo đã sáng chế

ra cái gọi là "Bút Pháp Xuân Thu" để giải thích ngược ngạo tất cả những câu thơ của Nguyễn Đình Chiểu; như cho rằng một gánh "thâu" là một gánh "thua". Bên cạnh đó, bà còn thản nhiên ngụy tạo ra những chi tiết lịch sử để bôi nhọ Phan Thanh Giản. Trong khi điều đơn giản và rõ ràng nhất là bà không hề đọc thơ Nguyễn Đình Chiểu để biết ông nói gì.

Và có thể nói chung là các nhà nghiên cứu và phê bình theo sau các tác giả nói trên đều không hề đọc và hiểu thơ văn Nguyễn Đình Chiểu, cho nên họ mới liều lĩnh viết ra những điều như trên hòng bẻ cong lịch sử và nhằm phục vụ cho mục đích chính trị của họ.

Trong khi mối thâm tình của Nguyễn Đình Chiểu dành cho Phan Thanh Giản thì có thể được thấy lồ lộ không phải chỉ trong hai bài thơ điếu ông, mà còn trong 10 bài thơ điếu Phan Tòng, khi sự kính mến này còn được biểu hiện một cách rõ ràng hơn nữa. Mười bài thơ điếu Phan Tòng của Nguyễn Đình Chiểu, bên cạnh 2 bài thơ điếu Phan Thanh Giản, chính là một sự khẳng định về lòng kính mến của Nguyễn Đình Chiểu đối với quan Phan.

Năm 2022, nhân hai trăm năm ngày sinh của Nguyễn Đình Chiểu, UNESCO đã nhìn nhận ông như một danh nhân văn hóa của thế giới. Và lý do chính không phải vì lòng "yêu nước" của ông, mà chính vì những phương diện khác; như sự cố gắng vượt qua nghịch cảnh của ông, ý chí của ông, thi văn tài của ông. Nhưng có lẽ một phương diện tích cực khác của Nguyễn Đình Chiểu mà ta cần thấy rõ hơn là sự trung thực trong vai trò nhân chứng thời cuộc, đã được thể hiện một cách không dấu diếm trong thơ văn của ông. Là một con người của thời cuộc, của thế kỷ 19 ở xứ Nam Kỳ, là một nho sĩ trọn đời thờ vua, nhưng ông đã tạo ra một đường lối thơ văn đặc biệt của riêng mình, với một tấm lòng chân thật không chút điêu ngoa.

Đối với người mà ông cũng như toàn thể dân chúng Nam Kỳ thương mến gọi là "quan Phan", Nguyễn Đình Chiểu đã bày tỏ lòng khâm phục trong hai bài thơ điếu Phan Thanh Giản, cũng như trong 10 bài thơ điếu Phan Tòng. Nhưng vì lý do chính trị, trong nhiều năm qua đã có nhiều tác giả trong nhiều bài viết cố tình bẻ cong sự thật để gán cho thi sĩ Nguyễn Đình Chiểu tức ông Đồ Chiểu một âm mưu đê tiện là ngấm ngầm chửi rủa Phan Thanh Giản; cho dù bề mặt ngợi khen. Đã đến lúc phải trả lại sự thật nhân dịp kỷ niệm 200 năm ngày sinh của vị danh nhân văn hóa này. Đã đến lúc phải vạch ra sự cố tình xuyên tạc Nguyễn Đình Chiểu và thơ văn cũng như con người của ông. Đã đến lúc phải nhìn nhận mà không có chút nghi ngờ nào nữa về mối thâm tình mà Nguyễn Đình Chiểu dành cho quan Phan - Phan Thanh Giản.

Winston Phan Đào Nguyên[66]

05-31-2022

---

[66] Người viết bài này, Winston Phan Đào Nguyên, hoàn toàn không có liên hệ họ hàng gì với Phan Thanh Giản hay Phan Văn Hùm.

MỘT LÁ THƯ RIÊNG GỬI TÁC GIẢ PHAN ĐÀO NGUYÊN[67]

---

[67] Tác giả lá thư, Giáo Sư Trần Huy Bích, đã đồng ý cho in lá thư này trong sách. Xin trân trọng cám ơn Giáo Sư.

Ngày 28 tháng 5, 2022

Kính gửi Luật sư Phan Đào Nguyên.

Cám ơn anh Nguyên đã có nhã ý cho tôi đọc trước bản nghiên cứu công phu của Anh về mối thâm tình xuất phát từ sự cảm thông và lòng ngưỡng mộ mà nhà nho ái quốc Nguyễn Đình Chiểu đã dành cho vị lão thần Phan Thanh Giản, người được ông gọi một cách kính cẩn là "quan Phan." Xin thú thật từ là khi đất nước chia đôi năm 1954, ngoại trừ với phong trào Nhân Văn – Giai Phẩm những năm 1955-57, và một số biên khảo, sáng tác trong giai đoạn dây trói tương đối được nới lỏng những năm cuối thập niên 1980, tôi không theo dõi kỹ những bài được gọi là "biên khảo văn học" của những cây bút phải sống dưới một chế độ không còn quyền tự do, thường phải uốn cong ngòi bút để có thể sống còn. Trong một khung cảnh đã khiến một nhà văn nổi tiếng như Nguyễn Tuân, tới gần cuối cuộc đời, phải bật lên khóc và nói, "Tao sợ," thì số lượng những người cầm bút dám mạnh dạn nói ra những nhận thức của mình đúng như mình nhìn thấy khó có thể cao. "Ăn cơm chúa" thì phải "múa tối ngày." Khi nhà văn, nhà biên khảo đã trở thành công cụ lèo lái tư tưởng trong một xã hội toàn trị, thì những điều các vị ấy viết ra, khó được nhiều người thực sự quan tâm. Tôi tin rằng, "Cát bay vàng lại ra vàng." Với thời gian, những chuyện xuyên tạc, bẻ cong ngòi bút trong một giai đoạn lịch sử đáng buồn của dân tộc dần dần sẽ được phát hiện, và sự thật sẽ được phục hồi.

Nhưng người xưa cũng từng nêu lên sự lo ngại, *"Mưa lâu, ... trâu hóa bùn."* Từ năm 1963, khi Trần Huy Liệu, ông trùm của ngành tuyên truyền ở miền Bắc, phán quyết một cách chắc nịch trên tạp chí *Nghiên Cứu Lịch Sử*, cơ quan báo chí chính thức của Viện Sử Học nước Việt Nam Dân Chủ Cộng Hòa rằng "Phan Lâm" đích thị đã "bán nước," đến nay cũng đã 60 năm. Trong 60 năm ấy, như Anh cho biết, ít nhất ba nhân vật có chút tên tuổi trong ngành Hán Nôm ở trong nước đã hùa theo, chỉ hươu nói ngựa, đổi trắng thành đen, đem những câu cảm thông, ca ngợi Phan Thanh Giản ra giải thích một cách xuyên tạc thành những câu lên án và nguyền rủa Phan Thanh Giản một cách độc địa, thì quả cũng đáng sợ. Những thế hệ trẻ, kiến thức về lịch sử và văn học sử chưa đầy đủ, căn bản về Hán Nôm chưa vững, sẽ chịu ảnh hưởng ra sao? Cũng theo Anh cho biết, từ đó đến nay chưa một ai lên tiếng để phản bác. Rất cám ơn Anh đã bỏ nhiều công sức và thời giờ để soi sáng những xuyên tạc trắng trợn ấy, giúp lịch sử và văn học giữ được sự đứng đắn, chính xác, và minh oan cho tiền nhân.

Khi ông Trần Nghĩa hùa theo trong việc kết tội Phan Thanh Giản năm 1972, ông Trần Khuê nương một thắc mắc được nêu ra từ nửa thế kỷ trước (1944) về số chữ trên lá minh tinh, để biện luận một cách lệch lạc nhằm mục đích hạ nhục Phan Thanh Giản năm 1994, và bà Phạm Thị Hảo nhai lại ý hai ông đó năm 2017, không khí trong nước vẫn là không khí "Phan Thanh Giản phải được coi là tội nhân của lịch sử." Việc làm của các vị không rõ do tự ý (để có thêm công lao với chế độ) hay do được chỉ định? Nhưng hậu quả khá rõ là rìu búa đã được chất thêm lên nỗi oan của tiền nhân. Được biết học giả khả kính Nguyễn Đổng Chi, sau đã rất ân hận vì trong giai đoạn Nhân Văn – Giai Phẩm oan nghiệt, phải vâng theo chỉ thị để nặng lời nhục mạ học giả Phan Khôi. Rất mong các vị nêu trên (ít nhất hai người đã ở cảnh giới khác, không còn chịu sự chi phối của những áp lực chốn nhân gian, tâm thức phục hồi sự sáng suốt), đã có hoàn cảnh đọc lại kỹ hơn những bài thơ Nguyễn Đình Chiểu viết về Phan Thanh Giản, để những nhận thức đúng với sự thật và lương tâm có cơ hội hồi sinh. Với những điều các vị đã lỡ viết ra, trước công luận và với thế hệ sau, bản biên khảo công phu của Anh sẽ hữu ích và cần thiết. Nhân danh rất nhiều bạn trẻ tuổi hơn, tôi chân thành cám ơn Anh. Cám ơn Anh đã vì lương tâm, công đạo, và tinh thần trách nhiệm với thế hệ sau, ghé vai gánh một nhiệm vụ cần thiết và khá nặng, mà cho tới nay, chưa ai có đủ thời giờ, tâm huyết, và tài liệu để có thể làm.

Về một vấn đề đã làm tốn khá nhiều giấy mực và đã khiến ông Trần Khuê tuyên bố một cách lầm lạc rằng Nguyễn Đình Chiểu mắng nhiếc Phan Thanh Giản "chết đi sẽ thành quỷ" (câu thơ "Minh tinh chín chữ"), tôi xin đóng góp chút nhận xét sau:
Cho tới nay, đối với câu 7 của bài thơ quốc âm:

Minh sanh (tinh) chín chữ lòng son tạc

đa số người đọc đã hiểu một cách đơn giản rằng lá minh tinh ấy có 9 chữ.

Nhưng nếu lưu ý hơn đến cách ngắt nhịp của câu thơ, chúng ta sẽ thấy rằng câu ấy cũng có thể hiểu theo nghĩa khác: "Trên lá minh tinh, có 9 chữ cho thấy (người quá cố) có tấm lòng son."

Bốn câu đầu của bài thơ được ngắt nhịp một cách chậm chạp theo thể cách "cổ điển." Câu thơ được tách thành 2 nhịp: 4 và 3, thích hợp với loại thơ trầm buồn:

Non nước tan tành - hệ bởi đâu
Dàu dàu mây bạc - cõi Ngao-châu
Ba triều công-cán - vài hàng sớ
Sáu tỉnh cương-thường - một gánh thâu.

Nhưng từ câu 5 trở đi, bài thơ được đổi nhịp. Để cực tả một thảm cảnh não lòng, câu thơ được ngắt thành 3 nhịp ngắn: 2, 2, 3:

Trạm bắc - ngày chiều - tin điệp vắng
Thành nam - đêm quạnh - tiếng quyên sầu
Minh sanh - chín chữ - lòng son tạc
Trời đất - từ đây - mặc gió thu.

Câu 7 có thể viết ra văn xuôi như sau:

"Trên lá minh tinh, có chín chữ [cho thấy] lòng son tạc."

Nguyễn Đình Chiểu không nói lá minh tinh ấy gồm tất cả bao nhiêu chữ. Điều ấy không quan trọng lắm đối với ông. Nhưng trong những chữ ấy, có 9 chữ giúp ông thấy rằng Phan Thanh Giản có tấm lòng son. Ý tưởng ấy rõ hơn nếu chúng ta đọc câu thơ theo cách ngắt thành 2 nhịp: 2, 5, cũng hợp với ý thơ:

Trạm bắc – ngày chiều tin điệp vắng
Thành nam – đêm quạnh tiếng quyên sầu
Minh sanh – chín chữ lòng son tạc
Trời đất – từ đây mặc gió thu.

Vậy 9 chữ ấy là những chữ nào?

Chúng ta đã biết rằng trước khi uống độc dược để chấm dứt sinh mạng, Phan Thanh Giản có viết trên một tờ hoa tiên ý kiến ông về việc nên hay không nên làm lá minh tinh (tức lá triệu hay lá phướn dùng trong đám ma). Theo đó, ông viết rằng: *"Minh tinh thỉnh tỉnh. Nhược vô, ưng thư:* **Đại Nam hải nhai lão thư sinh tánh Phan chi cữu.** *Diệc dĩ thử chi mộ."* Có nghĩa là, "Minh tinh xin bỏ. Nếu không thì viết: **Đại Nam hải nhai lão thư sinh tánh Phan chi cữu.** Mộ chôn cũng vậy." Vậy lá minh tinh ấy có 11 chữ theo ước lệ thông thường để khi đọc 4 chữ "Quỷ, Khốc, Linh, Thính," chữ thứ 11 ứng với chữ "Linh":
Quỷ, Khốc, Linh, Thính, Quỷ, Khốc, Linh, Thính, Quỷ, Khốc, Linh.

Theo Anh cho biết, trên tạp chí *Tri Tân* số 99 (ngày 10 tháng 6 năm 1943), học giả Ứng Hòe Nguyễn Văn Tố đã viết, *"Sở dĩ gọi* là chín chữ là tính từ chữ "***Đại Nam hải nhai lão thư sinh tính Phan***." Theo cụ Ứng Hòe, những chữ "chi cửu" trên minh tinh, cũng như những chữ "chi mộ" trên bia mộ, không phải là những chữ quan trọng. Có lẽ Nguyễn Đình Chiểu cũng nghĩ như thế. Ông quan niệm rằng khi đề nghị các chữ viết trên minh tinh, Phan Thanh Giản chỉ tự nhận là "người thư sinh lớn tuổi họ Phan ở ven biển nước Đại Nam" (không hề nhắc đến chuyện đỗ đạt, quan chức), là đã bộc lộ "một tấm lòng son." Chúng ta cùng thấy rằng câu 7 của bài thơ không phù hợp chút nào với những lời của ông Trần Khuê khi ông gán cho Nguyễn Đình Chiểu cái ý mắng nhiếc Phan Thanh Giản "chết đi sẽ thành quỷ."

Về những lời do Trần Huy Liệu bịa đặt, gán cho lá cờ của nghĩa quân do Trương Định lãnh đạo, anh đã viết rất rõ. Về những bài của các chuyên viên Hán Nôm Trần Nghĩa, Trần Khuê, Phạm Thị Hảo, tôi còn vài nhận xét nho nhỏ nữa, nhưng chúng ta có thể đưa ra trong một trường hợp khác. Xin nhắc lại lời thành thật cảm ơn Anh, và cũng mong Anh nhiều sức mạnh, tiếp tục bền giữ tinh thần của cụ Nguyễn Đình Chiểu:

Đâm mấy thằng gian bút chẳng tà.

Thân quý,
Trần Huy Bích

MỤC LỤC

LÝ DO CHO RA ĐỜI CUỐN SÁCH NÀY

A. Quyết định của UNESCO — 9

B. Hội thảo quốc tế Nguyễn Đình Chiểu — 11

C. Thư mời viết bài hội thảo quốc tế Nguyễn Đình Chiểu — 14

D. Bài tóm tắt cho tham luận — 17

E. Thư mời chính thức từ ban tổ chức hội thảo ngày 9/3/2022 — 22

F. Thư phản hồi của GS Nguyễn Chí Bền ngày 17/5/2022 đề nghị cắt bài — 24

G. Thư của tôi đề nghị dẫn đường link đến toàn văn bài viết ngày 18/5/2022 — 26

H. Thư từ chối bài viết từ "Thường Trực Tiểu Ban Nội Dung" ngày 19/5/2022 — 29

I. Thư của tôi xin câu trả lời chính thức tư ban tổ chức ngày 19/5/2022 — 31

J. Thư của tôi đề nghị chính thức rút bài ra khỏi hội thảo ngày 25/5/2022 — 33

MỐI THÂM TÌNH CỦA NGUYỄN ĐÌNH CHIỂU DÀNH CHO "QUAN PHAN" PHAN THANH GIẢN

I. Bối Cảnh Lịch Sử — 48

II. Các Phiên Bản Của Hai Bài Thơ Và Sự Ngộ Nhận Rằng Phan Thanh Giản Là Tác Giả Của Bài Thơ Chữ Nôm — 55

III. Những Bài Viết Cho Rằng Nguyễn Đình Chiểu Đã Chê Trách Phan Thanh Giản Qua Hai Bài Thơ Điếu — 76

A. TRẦN NGHĨA:

Mấy Ý Kiến Về Công Tác Văn Bản Nhân Đọc Cuốn
"Thơ Văn Nguyễn Đình Chiểu" –
Tạp Chí Văn Học, số 4, 1972 79

1. Chọn Phiên Bản Cũ Và Sai
   của Mai Huỳnh Hoa Để Dịch Theo Ý Mình 83

   a) Chọn Chữ "Khí" Thay Vì "Khiết" 87
   b) Dịch "Ninh Phụ" Là "Nào Có Phụ" 88
   c) Chọn "Khu Khu" Thay Vì "Thung Dung" 91

2. Dùng Tiêu Chuẩn Sai Để So Sánh
   Phan Thanh Giản Với Phú Bật Và Trương Tuần:
   Cách Xử Trí Và Kết Quả 96

B. TRẦN KHUÊ:

"Tìm Hiểu Hai Bài Thơ Điếu Phan Thanh Giản
Của Nguyễn Đình Chiểu" –
Tạp Chí Nghiên Cứu Lịch Sử Số 275, 1994 106

1. Lấy Một Thắc Mắc Về "Lễ" Của Lê Thọ Xuân
   Để Biến Thành Một "Khám Phá" Của Mình
   Là Nguyễn Đình Chiểu Đã Cố Tình Viết
   "Chín Chữ" Để Mắng Phan Thanh Giản Là "Quỷ" 115

   a) Thắc Mắc Của Ông Lê Thọ Xuân 121
   b) Ông Trần Khuê Chiếm Đoạt Thắc Mắc
      Của Ông Lê Thọ Xuân 124
   c¡) Lý Luận Của Ông Trần Khuê:
      Nếu Không Thành Thần Thì Thành Quỷ 131

2. Hậu Quả Là Ông Trần Khuê Sai
   Theo Ông Lê Thọ Xuân, Và Còn Sai Nhiều Hơn
   Vì Cho Rằng Nguyễn Đình Chiểu Cố Tình Nhục Mạ
   Phan Thanh Giản 133

  a) Vì Đây Là Thơ, Không Phải Lá Minh Tinh;
   Và Nguyễn Đình Chiểu Là Nhà Thơ,
   Không Phải Thầy Lễ   **134**

  b) Vì Nguyễn Đình Chiểu và Phan Thanh Giản
   Không Phải Tuân Theo "Quỉ Khốc Linh Thính",
   Một Nghi Lễ Phật Giáo Dân Gian   **140**

  c) Vì Lá Minh Tinh Thật Sự Có 9 Chữ,
   Không Phải Có 11 Chữ Giống Như
   "Lời Trối" Trong Mảnh Hoa Tiên   **149**

 3. Ý Chính Của Câu Thơ: Lòng Son Tạc   **161**

 4. Tóm Tắt Vấn Đề "Minh Tinh Chín Chữ"   **166**

C. PHẠM THỊ HẢO:

"Viết Về Phan Thanh Giản Nhà Thơ Nguyễn Đình Chiểu
Đã Dùng Bút Pháp Xuân Thu" –
Tuần Báo Văn Nghệ TPHCM, 2017   **172**

 1. Gán Cho Nguyễn Đình Chiểu Việc Dùng
  "Bút Pháp Xuân Thu" Trong Các
  Tác Phẩm Tiêu Biểu, Trong Khi Nguyễn Đình Chiểu
  Chỉ Dùng "Tấm Lòng Xuân Thu" Mà Thôi,
  Còn Bút Pháp Thì Hoàn Toàn Ngược Lại   **187**

 2. Những Cách Giải Thích Của Bà Phạm Thị Hảo
  Cũng Không Phải Là "Bút Pháp Xuân Thu"
  Mà Là Sự Bịa Đặt Chi Tiết Để Giải Thích Thơ
  Nguyễn Đình Chiểu Theo Kiểu Ngược Ngạo,
  Rồi Nói Rằng Đó Là Bút Pháp Xuân Thu   **194**

  a) Bài Chữ Hán   **196**
  b) Bài Chữ Nôm   **202**
  c) Bảng Phong Thần   **216**

**IV. Nguyễn Đình Chiểu Nghĩ Gì Về Phan Thanh Giản
Qua 10 Bài Thơ "Điếu Phan Công Tòng"   222**

V. Kết Luận   251

**MỘT LÁ THƯ RIÊNG
GỬI TÁC GIẢ PHAN ĐÀO NGUYÊN 255**